இந்தியா 75

போர்முனை முதல் ஏர்முனை வரை

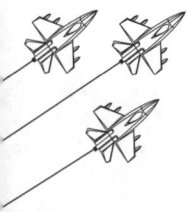

அர்ப்பணம்

சுதந்திரத்தைப்
பெற்றுத் தந்தவர்களுக்கும்
பேணிக் காப்பவர்களுக்கும்

இந்தியா 75
போர்முனை முதல் ஏர்முனை வரை

விஞ்ஞானி மயில்சாமி அண்ணாதுரை
இராணுவ விஞ்ஞானி வி. டில்லிபாபு

⬆8 திசையெட்டு

இந்தியா 75	**India 75**
போர்முனை முதல் ஏர்முனை வரை	**Pormunai Muthal Yermunai Varai**
©மயில்சாமி அண்ணாதுரை &	**© Mylswamy Annaduari &**
வி.டில்லிபாபு	**V.Dillibabu**
பக்கங்கள்:144	Pages: 144
விலை: ரூ.180/-	Price: 180/-
முதல் பதிப்பு: ஆகஸ்ட் 2022	First Print: August 2022

ISBN: 978-93-5635-975-8

நூல் வடிவமைப்பு:	Typeset by:
சுடர் வடிவமைப்பு	Sudar Designing & Publishing House
அட்டை வடிவமைப்பு:	Wrapper designed by:
ந.கிருஷ்ணகுமார்	N.Krishna kumar
அச்சாக்கம்:	Printed by:
சுடர் வடிவமைப்பு	Sudar Designing & Publishing House
#86/55A, பிள்ளையார் கோயில் தெரு,	No.86/55A, Pillaiyar Koil Street,
வடபழனி, சென்னை - 600 026.	Vadapalani, Chennai - 600 026.
கைபேசி: +91 9283178116	Mobile: +91 9283178116

வெளியீடு: Published by:

8

திசையெட்டு	**Thizaiyettu**
ச.விஜயகுமார்	S.Vijayakumar
85, மல்லிகைப்பூ காலனி,	85, Malligaipoo Colony,
வியாசர்பாடி,	Vyasarpadi,
சென்னை- 600 039.	Chennai- 600 039.

91135 13768 | 044-25976458

thizaiyettu@gmail.com | Thizaiyettu Ariviyal

விஞ்ஞானி மயில்சாமி அண்ணாதுரை

தனது 36 ஆண்டுகால விண்வெளி ஆய்வுப் பணியில், ஐம்பதுக்கும் மேலான செயற்கைக் கோள்களின் உருவாக்கத்தில் பணியாற்றி, இந்திய விண்வெளி ஆய்வின் முக்கிய அடையாளங்களான சந்திரயான், மங்கள்யான் என்ற இரு திட்டங்களையும் முன்னெடுத்து வெற்றி பெற்றுத் தந்தவர் விஞ்ஞானி முனைவர் மயில்சாமி அண்ணாதுரை.

தமிழ்நாடு அறிவியல் தொழில்நுட்ப மாநில மன்றத்தின் துணைத் தலைவராகவும், பெங்களூருவிலுள்ள தேசிய வடிவமைப்பு மற்றும் ஆராய்ச்சி மன்றத்தின் தலைவராகவும் பணியாற்றியவர். 'விஞ்ஞானக் கூடத்திலிருந்து விளைநிலத்திற்கு' என்ற நோக்கில் கல்லூரிப் பேராசிரியர்கள், மாணவர்களுடன் இணைந்து பல திட்டங்களை முன்னெடுத்துச் செயலாற்றி வருகிறார்.

பத்மஸ்ரீ உட்பட தனக்கு அளிக்கப்பட்ட 100 க்கும் மேற்பட்ட பரிசுகளை விட, 'கையருகே நிலா' வில் தொடங்கி இதுவரை தான் தமிழில் எழுதி வெளியிட்டுள்ள ஐந்து புத்தகங்களைப் பெருமையுடன் பார்ப்பவர் நமது நிலவுத் தமிழர். இப்போது ஆறாவது படைப்பாக, 'இந்தியா 75'.

இராணுவ விஞ்ஞானி வி.டில்லிபாபு

முனைவர்.வி.டில்லிபாபு, ஏ.பி.ஜெ.அப்துல்கலாம் அவர்கள் பணி புரிந்த பாதுகாப்பு ஆராய்ச்சி மற்றும் மேம்பாட்டு நிறுவனத்தில் (டி.ஆர்.டி.ஓ) விஞ்ஞானி. போர்விமான எஞ்சின், ஆராய்ச்சி மற்றும் உருவாக்கத்தில் ஈடுபட்டு வருகிறார். விமான எஞ்சின் தொழில்நுட்பம், வணிக மேலாண்மை, தமிழ் இலக்கியம் ஆகிய துறைகளில் முதுநிலைப் பட்டம் பெற்ற இவர், உற்பத்திப் பொறியியலில் முனைவர் பட்டம் பெற்றவர்.

'தொழில்நுட்பங்கள் மக்களுக்காகவே' என்ற அடிநாதத்துடன் மாணவ, மாணவியரை ஒருங்கிணைத்து சமூகத் தொழில்நுட்பத் திட்டங்களை நிறைவேற்றி வருகிறார். தென்னிந்தியாவில் உயிரிக் கழிவறை நுட்பத்தை அரசுப் பள்ளிகளில் அறிமுகம் செய்தது இவரது முன்னோடி முயற்சி.

இலக்கியம், அறிவியல், தொழில்நுட்பம் சார்ந்த 11 நூல்களை எழுதியுள்ளார். நாளேடுகளில், இதழ்களில் தொடர்ந்து எழுதி வருகிறார். கல்லூரிகளில், பள்ளிகளில், ஊடகங்களில், தொழில்நுட்பம், தமிழ், சுயமுன்னேற்றம் சார்ந்த எழுச்சியுரைகள் மூலம் இளைய சமுதாயத்தை உற்சாகப்படுத்தி வருகிறார்.

எங்களிடமிருந்து...

புவியீர்ப்பு விசையும்! தமிழீர்ப்பு விசையும்!

இந்தியா சுதந்திரம் பெற்றதின் எழுபத்தைந்து ஆண்டுகளைக் கொண்டாடும் இந்தத் தருணத்தில், சுதந்திர இந்தியாவின் பல கட்ட முன்னேற்றங்களை நாம் அறிந்து கொள்வதும், அந்த முன்னேற்றப் பாதையில் நமது பங்களிப்புகளை எண்ணிப் பார்ப்பதும் ஓர் ஆரோக்கியமான சூழலுக்கு வழிவகுக்கும் என்ற ஒருமித்த எண்ணம் கொண்டவர்கள் நாங்கள்.

அந்த எண்ணத்தின் வடிகாலாய், இந்திய அறிவியல் தொழில்நுட்ப முன்னேற்றங்களை, அதில் ஓரளவு பங்கேற்றவர்கள், பங்கேற்றுக் கொண்டிருப்பவர்கள் என்ற முறையில் எங்களின் எண்ணங்களையும் கருத்துக்களையும் அவ்வப்போது தமிழ் கூறும் நல்லுலகிற்கு பத்திரிக்கைகள், ஊடகங்கள் மூலம் கட்டுரைகளாகப் பகிர்ந்து வருகிறோம். அப்படி எழுதிய கட்டுரைகளில் தெரிந்தெடுத்த சிலவற்றை, 'இந்தியா 75: போர்முனை முதல் ஏர்முனை வரை' என்ற தலைப்பில் புத்தக வடிவில் சமர்ப்பிப்பதில் மகிழ்கிறோம்.

அழகியல், அறவியல், வாழ்வியல் கூறுகளை மட்டுமின்றி அறிவியல் தொழில்நுட்பச் செய்திகளையும் போதுமான அதிர்வுகளோடு சரளமாக எளிமையாக சொல்லும் வல்லமை கொண்ட மொழி தமிழ் என்பதில் நாங்கள் உள்ளபடியே பெருமைப்படுகிறோம்.

இஸ்ரோ, டி.ஆர்.டி.ஓ, தேசிய வடிவமைப்பு மற்றும் ஆராய்ச்சி மன்றம் ஆகியவற்றில் நாங்கள் முன்னெடுத்த அமைப்பு முறையிலான அறிவியல் தொழில்நுட்பத் திட்டங்களோடு, மாணவர்களை ஒருங்கிணைத்து சமூகம் சார்ந்த தொழில்நுட்ப முனைவுகளைக் கடந்த சில ஆண்டுகளாகத் தீவிரமாக செயல்படுத்தி வருகிறோம். அரசுப்பள்ளி மாணவர்களின் செயற்கைக்கோள்களை ஏவியது, பள்ளிக்கூடங்களில் பசுமைக்கழிவறை அமைத்தது, வாழைச்சாகுபடியில் மதிப்புக்கூட்டப்பட்ட உபபொருட்களை உருவாக்கியது உள்ளிட்டவை இந்தப் புதிய சிந்தனை ஓட்டத்தில் விரியும் பரிமாணங்களே.

பொதுவெளியில் அறிவியலை எழுதி, பேசி விழிப்புணர்வை உருவாக்குவதுடன், மக்களின் அன்றாட வாழ்க்கையைத் தொடும் தொழில்நுட்பத் திட்டங்களைச் செயல்முறையில் நடத்திக்காட்டுவது,

'விஞ்ஞானி - அறிவியல் - மக்கள்' என்ற வட்டத்தை முழுமை செய்யும் என்பதை நாங்கள் நிச்சயமாக நம்புகிறோம். விண்வெளி தொழில்நுட்பங்கள் வயல்வெளிக்கு வருவதும், போர்முனைத் தொழில்நுட்பங்கள் ஏர்முனைக்கு வருவதும் இன்றைய தேதிக்கு இன்றியமையாத தேவைகள்; ஆரோக்கியமான அறிவியல் விளைவுகள்.

எங்களின் அறிவியல் தொழில்நுட்ப ஆக்கங்களை அழகுற வெளியிட்டுப் பொதுவெளியில் அறிவியலை வளர்க்கும் ஊடகங்களுக்கு எமது நெஞ்சார்ந்த நன்றி.

நேர்த்தியான அட்டைப்படத்துடன் புத்தகத்தை வடிவமைத்த, சுடர் வடிவமைப்பு மற்றும் பதிப்பக இல்லத்தின் திரு.ந.கிருஷ்ணகுமார் அவர்களுக்கும், மெய்ப்பு நோக்கிய பேராசிரியர். மு.முத்துவேலு அவர்களுக்கும் எங்களது நன்றியை பாசத்தோடு பதிவு செய்கிறோம்.

புவியீர்ப்பு விசையோடு தமிழீர்ப்பு விசையும் இணைவது சிறப்பு. தமிழ் அழகு! அறிவியல் நல்லது! வாழ்வு இனிது!

அறிவியல் வணக்கங்களுடன்

மயில்சாமி அண்ணாதுரை
வி.டில்லிபாபு

பெங்களூரு
30.07.22

இந்நூலில் இடம்பெறுபவை
ஆசிரியர்களின் தனிப்பட்ட
கருத்துகளேயன்றி,
நிறுவனம் சார்ந்தவையல்ல

உள்ளே...

I. வளரும் இந்தியா! தலை நிமிரும் தமிழகம்!*
1. கலாமின் இந்தியா 2020: கனவா? நனவா? — 14
2. 2021-2030 அறிவியல் தொழில்நுட்பத்தில் தமிழகம் — 19
3. தமிழ்நாட்டில் விண்வெளிப்பூங்கா — 24
4. உலகத்து வானில் தமிழகத்து ஆளில்லா விமானங்கள் — 27

II. விண்வெளித் தொழில்நுட்பம்*
1. கருந்துளை: கண்டுபிடிப்பும் படிப்பினைகளும் — 31
2. நிலவில் வீடும் 4ஜி அலைவரிசையும் — 34
3. மனிதகுலத்தின் ஆயுட்காலம் — 37
4. விடிவெள்ளி நோக்கி — 43

III. ஏர்முனைத் தொழில்நுட்பங்கள்*
1. வாழைக்கழிவிலிருந்து வளர் செல்வம் — 47
2. வேளாண்துறையில் விண்வெளித் தொழில்நுட்பம் — 51

IV. அறிவியல் ஆளுமைகள்#
1. கலாம்: இந்தியாவின் அக்னி மூளை — 57
2. விக்ரம் சாராபாய்: தமிழகத் தொடர்புகள் — 61
3. ஜி.டி.நாயுடு: பொறியியலின் புரட்சிக்காரர் — 65

V. போர்முனைத் தொழில்நுட்பங்கள்#
1. குவாண்டம் தகவல் தொடர்பு: இஸ்ரோவின் முன்னோடிச் சோதனை வெற்றி: பகுதி-1 — 70
2. குவாண்டம் தகவல் தொடர்பு பாதுகாப்பான எதிர்காலத் தொழில்நுட்பம்: பகுதி-2 — 74
3. நீர்மூழ்கிக்கப்பல் தொழில்நுட்பத்தில் முக்கிய மைல்கல் — 78
4. போர்க்கப்பல்களைக் காக்கும் மின்னணு பதிலடித் தொழில்நுட்பம் — 81
5. இருசக்கர ஆம்புலன்ஸ் — 83
6. முனை திரும்பிச் சுடும் ஆயுதம் — 85

VI. பொறியியல் கல்வி
1. தமிழகத்தில் பொறியியல் கல்வி: ஓர் அலசல்* — 88
2. இந்தியா 2030: மாணவர்களின் பங்கு* — 92
3. விஞ்ஞானி ஆகலாமா?# — 97

VII. செயற்கை நுண்ணறிவு[#]

1. சிந்திக்கும் எந்திரன்! 111
2. செயற்கை நுண்ணறிவு: சில புரிதல்கள் 113

VIII. மக்கள் தொழில்நுட்பங்கள்

1. இயற்கைப் பேரழிவும் அறிவியலாளர்களுக்கான அறைகூவலும்[*] 116
2. கரோனாவுடன் உலகப்போர்[*] 117
3. கரோனாவை ஒழிக்கும் வல்லரசு இந்தியா (கவிதை)[*] 125
4. கைபேசியும் கரோனாவும்![#] 127
5. கரோனா: களமாடும் டி.ஆர்.டி.ஓ[#] 133
6. தேவை மக்கள் தொழில்நுட்பங்களுக்கான அறிவியல் ஆராய்ச்சி[#] 141
7. பாலியல் வன்கொடுமைகளும் தொழில்நுட்ப முன்னேற்றமும்[*] 144

[*] மயில்சாமி அண்ணதுரை

[#] வி.டில்லிபாபு

வளரும் இந்தியா!
தலை நிமிரும் தமிழகம்!

கலாமின் இந்தியா 2020: கனவா? நனவா?

- மயில்சாமி அண்ணாதுரை

2020இல் இந்தியா வல்லரசாகும், வல்லரசாக வேண்டும் என்று மேதகு மேனாள் இந்தியக் குடியரசுத் தலைவர் ஏ.பி.ஜே அப்துல் கலாம் திரும்பத் திரும்ப சொல்லி வந்த, 2020ஆம் ஆண்டு பிறந்தாயிற்று.

1947 ஆகஸ்ட் 15, நள்ளிரவைக் காத்திருந்து கொண்டாடியதற்கு இணையாய் இந்தியா வல்லரசு ஆகிவிட்டதைக் கொண்டாட வேண்டிய நேரமும் வந்து, அதன் பின்னால் பல நாட்களும் ஓடிவிட்டன. ஆனால் கொண்டாட்டங்கள் ஏதும் இல்லையே ஏன்? இந்தியா வல்லரசு ஆகவில்லையா? நேரிலும், ஊடகங்கள் மூலமும் பதிலாய் விழும் பெரும்பாலான குரல்கள், "இல்லை இல்லை" என்பதாகத்தான் இருக்கின்றன.

இந்த "இல்லை"களில் தொத்திக் கொண்டிருப்பது இந்திய மனங்களின் வெட்கம், வேதனை, விரக்தி, ஏமாற்றம், எகத்தாளம், கோபம், குமுறல் என்று எல்லாமும் எதிர்மறை எண்ணங்களின் எதிரொலிகள். இந்தியாவின் இந்தப் பெரும்பான்மை சொல்வது என்ன? கலாமின் அந்தக் கனவு பகல் கனவா? நடக்க முடியாதவற்றை ஏன் கலாம் கணித்தார்? இந்த நோக்குடன், கலாமின் "இந்தியா 2020 புத்தாயிரத்திற்கான இலட்சியத் திட்டம்" (India 2020 -A Vision for the New Millennium) நூலைத் திரும்ப ஒரு முறை படித்துப் பார்த்தேன். நான் அறிந்து கொண்டபடி, அதன் சாரம் இதோ,

2020இன் இலக்கு என்ன என்பதையும், எப்படி அவற்றை அடைய முடியும் என்பதையும் வரையறுத்து, புத்தகம் இரு அங்கங்களாக அமைக்கப்பட்டுள்ளது. முதல் அங்கம், துறைசார் வல்லுநர்கள், ஐநூறுக்கும் மேற்பட்டவர்களின் துணையுடன், பல மாதங்கள் உழைத்து, விவசாயம் முதல் விண்வெளித் துறை வரை இந்தியாவின் அப்போதைய நிலையையும், அடுத்து வரும் காலங்களில் ஏற்படும் முன்னேற்றங்களையும் கணித்து, 2020இல் இந்தியா தொட வேண்டிய சிகரங்களையும் அதற்கான படிகளையும் கணித்துச் சொல்லியிருந்தது கலாமின் "2020 இலட்சியக் குழு"

இரண்டாவது அங்கத்தில், அந்தப் படிகளை எப்படி ஏறுவது என்பதை முத்தாய்ப்பாகக் கலாம் பட்டியலிட்டிருக்கிறார். ஒரு தனி மனிதனின் பங்கு, ஆராய்ச்சிக் கூடங்களின் பங்கு, பொதுத்துறை நிறுவனங்களின் பங்களிப்பு, பொதுமக்கள் ஊடகங்களின் பங்கு, சிறு குறு தொழில்மனைகளின் பங்கு, அரசின் பங்கு என்று யார் யார் என்ன செய்ய வேண்டும், எப்படி நடந்து கொள்ள வேண்டும் என்று கலாம் அவரது பாணியிலேயே கனகச்சிதமாக வரையறுத்திருக்கிறார்.

புத்தகம் வெளி வந்தது 1996 ஆம் ஆண்டில். இப்போது நாம் 2020இக்கு வருவோம். 2020 இலட்சியத் திட்டத்தின் முதல் அங்கம் முன்பே பார்த்தபடி துறைவாரியாக அந்தச் சிகரங்களின் உயரங்களைக் கூட்டி ஒரு பொதுவான இலக்கையும் மொத்த இந்தியாவிற்குமாக விதித்தார்கள். அதைத்தான் நாம் பார்க்கும் வரைபடத்தில் சுட்டிக் காட்டி யிருக்கிறார்கள். அதன்படி இந்தியாவின் மொத்த உள்நாட்டு உற்பத்தி (GDP) உலக அளவில் 1996 ஆம் ஆண்டில் இருந்த 15ஆவது இடத்திலிருந்து 2020இல் குறைந்தது ஐந்தாவது இடத்திற்கு உயர வேண்டும்; இந்தியர்கள் அனைவரும் மிகச் சிறப்பாகச் செயல்பட்டால் உலக அளவில் நான்காவது இடத்திற்கும் உயரமுடியும் என்பதாகும்.

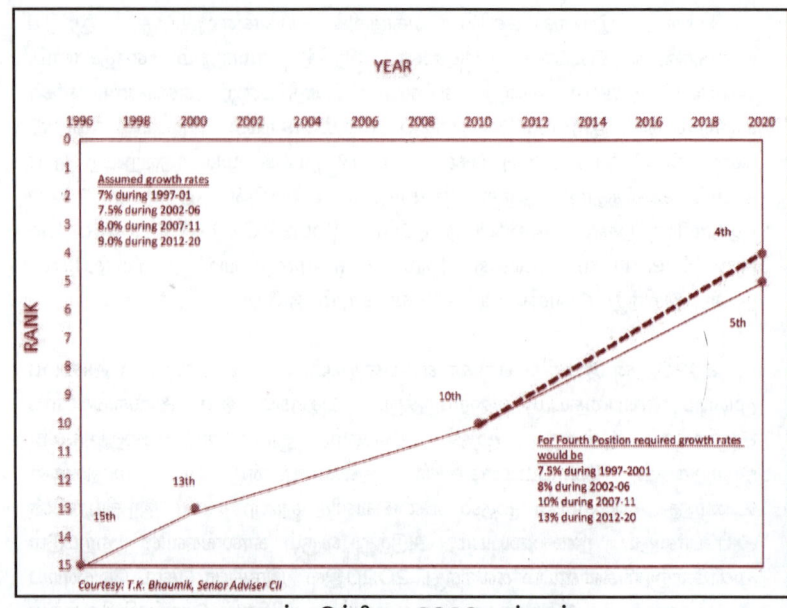

மூலம்: இந்தியா 2020 புத்தகம்

முதல் இருபத்தைந்து இடத்தில் இருக்கும் எல்லா நாடுகளும் தங்களின் முன்னேற்றப் பாதைகளில் முந்தியடித்து ஓடிக் கொண்டிருக்கும் இந்தக் காலக் கட்டத்தில் தனக்கு முன்னால் முன்னேறிக் கொண்டிருக்கும் இங்கிலாந்து, பிரான்சு, ஜெர்மன் போன்ற முன்னேறிய பத்து நாடுகளையும் முந்திக் கொண்டு, இன்று ஐந்தாவது இடத்தை இந்தியா பிடித்திருப்பதாக உலக வங்கி உட்படப் பல சர்வதேச பொருளாதார அமைப்புகள் அவற்றின் சமீபத்திய ஆண்டறிக்கைகளில் அறிவித்திருக்கின்றன. இப்போதைய நிலையில் இந்தியா நான்காவது இடத்தை நோக்கி முன்னேறிக் கொண்டிருக்கிறது.

இந்தியாவின் இந்த முன்னேற்றத் தளம் 2020 விஷன் அறிக்கையில் சுட்டிக் காட்டிய உயரத்தை நாம் அடைந்ததைக் காட்ட வில்லையா? இந்த நிலை நாம் எல்லாம் மகிழ்ந்து கொண்டாட வேண்டியதல்லவா? அதை விட்டு விட்டு இந்தியாவின் நிலையைக் குறை கூறிக் கும்மியடிப்பது எதற்காக?

பார்த்தும், படித்தும், கேட்டும் நம் மீது நமக்கே உண்டான அவநம்பிக்கையாலா? நமது அறியாமையாலா? அல்லது யாரோ சொன்னபடி, இது குறைகூறிச் சுகம் காணும் இந்தியர்களின் மனநோயா?

2020 விஷன் அறிக்கையின் இரண்டாவது பகுதி, தனி மனிதர்களாகவும், அமைப்புகளாகவும் என்னனென்ன செய்ய வேண்டும் எப்படிச் செய்ய வேண்டும் என்பதைக் கலாமே விரிவாக எழுதியிருப்பதைப் படிக்கும் போது இவற்றை மனதில் கொண்டுதான் எழுதியிருப்பாரோ என்ற எண்ணம் அலையாடுவதைத் தவிர்க்க முடியாது.

ஆம்! கலாம் எழுதியிருப்பது என்ன தெரியுமா?

இந்தியா 2020ல் உலகின் முன்னேறிய நாடாக, ஒட்டு மொத்தப் பொருளாதாரத்தில் முதல் ஐந்தாவது இடத்தைத் தொடவேண்டும். அப்படி ஒரு நாடாக வளர உங்கள் ஒவ்வொருவருக்கும் ஒரு கடமையும் பொறுப்பும் உள்ளது, ஆசிரியராக, மருத்துவராக, வங்கி ஊழியராக என்று எந்த உருவில் இருந்தாலும் மாதத்தில் ஓரிரு நாட்கள் உங்கள் பணியைச் சிறப்பாகவும், விரைவாகவும், பெருமைப்படும் படியாகவும் உங்களையும் ஊரையும் உயர்த்துவதாகவும், ஒரு சில ஏழை எளிய மனிதர்களின் வாழ்க்கைத் தரத்தை உயர்த்துவதாகவும் இருக்கட்டும், என்று தொடங்கி, மத்திய மாநில அரசுகள், மத்திய மாநில அரசு அமைப்புக்கள், ஆராய்ச்சி மற்றும் கல்வி நிறுவனங்கள், தனியார்துறை அமைப்புகள், பன்னாட்டு நிறுவனங்கள், அரசுசாரா தொண்டு நிறுவனங்கள் என்று ஒவ்வொருவரும் செய்ய வேண்டியது என்ன என்று பட்டியலிட்டு விட்டுக் கடைசியாக ஊடகத்தார் பக்கம் வருகிறார்.

ஊடகத்தில் பணிசெய்பவர்கள் ஒரு படி மேலே சென்று, நாட்டில் நடக்கும் சிறப்பான செயல்களும் சாதனைகளும் எவ்வளவு சிறியதாக இருந்தாலும் அவற்றை அனைவரும் அறியும் வண்ணம் பரப்ப வேண்டும். எவ்வளவு செல்வந்த நாட்டிலும், சில தகாத செயல்கள், மனிதர்கள் இருக்கத்தான் இருப்பார்கள். அந்தச் செயல்களும் மனிதர்களும் புறக்கணிக்கப்பட வேண்டுமே ஒழிய, காட்சிப்படுத்த வேண்டியவையல்ல. ஆண்களும் பெண்களுமாய் இந்திய நாட்டின் பெருமையை உயர்த்தும், துறைசார் சாதனையாளர்களை, நூறும் ஆயிரமுமாகக் கண்டறிந்து அவர்களை வெளிச்சத்திற்குக் கொண்டு வந்து, உலக அளவில் இந்தியாவின் பெருமையை உயர்த்திக் கொண்டே போவதாக இருக்க வேண்டும்.

கலாமின் இந்தியா 2020 இலட்சிய அறிக்கையின் முக்கிய அங்கமே இதுதான். இதைத்தான், சுருக்கமாகக் கலாம், “கனவு காணுங்கள்” என்று திரும்பத் திரும்பச் சொன்னார். அந்தக் கனவுகளின் செயல் வடிவத்தை தான் ஒவ்வொருவருக்கும் என்னவாக இருக்க வேண்டும் என்று வரையறுத்தார்.

இப்போது, திரும்ப மேலே எழுதியிப்பதைப் பொறுமையாகப் படித்துப் பாருங்கள். துறைசார் தனிமனிதரில் இருந்து ஊடகத்தினர் வரை, அவரவர் தத்தமது கடமையைச் செய்திருந்தால் 1947இல் ஆகஸ்ட் 15ஐக் கொண்டாடியது போல் ஜனவரி, 1, 2020ஐ இந்தியாவே கூடிக் கொண்டாடியிருக்கும் நாளாக இருந்திருக்கும் அல்லவா?

இப்போதும் ஒன்றும் குறைந்து விடவில்லை, 2020இன் இனி வரும் நாட்களில் இந்தியர்கள் அனைவரும், வீட்டையும், நாட்டையும் குறை கூறிக் கூவுவதை விட்டுவிட்டு கலாமின் "கனவு"ப்படி, தத்தமது கடமைகளைச் சரிவரச் செய்தால், 2020ஐ ஒரு கனவு ஆண்டாக மாற்றி, 31 டிசம்பர் 2020 நாம் அனைவரும் கலாமின் கனவான வளர்ந்த இந்தியாவைக் கொண்டாடும் நாளாக மாறும்.

26.01.2020

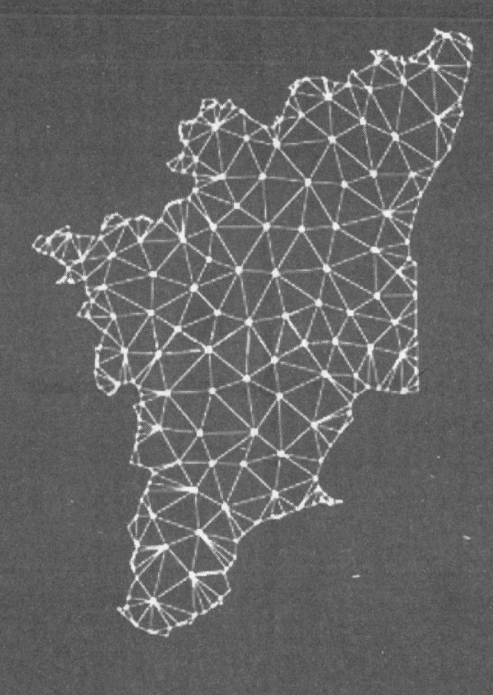

2021-2030 : அறிவியல் தொழில்நுட்பத்தில் தமிழகம்

- மயில்சாமி அண்ணாதுரை

இந்தியாவிலேயே அதிகமான அறிவியல் மற்றும் பொறியியல் பட்டதாரிகளை உருவாக்கும் மாநிலமாகத் தமிழகம் திகழ்கிறது. ஆனால் கோவிட்19 பெருந்தொற்றின் இரு அலைகளும் கல்வி, பொது சுகாதாரம், வேலைவாய்ப்பு, பொருளாதாரம் என்ற அங்கங்களை அசைத்துவிட்டிருக்கின்றன. கொஞ்சம் ஆழ்ந்து யோசித்தால், இந்த அசாதாரண சூழ்நிலை, ஒருபுறம் சவால்களையும் மறுபுறம் நமது செயல்பாடுகளை அலசி ஆராய்ந்து செய்ய வேண்டிய மாற்றங்களையும் மற்றும் புதிய முயற்சிகளுக்கான பெரும் சந்தர்ப்பங்களைக் கோடிட்டுக் காட்டுவதையும் நாம் உணர முடியும்.

முக்கியமாக இனி எடுக்கும் எல்லா முயற்சிகளும் நமது மாநிலத்தில் சிறப்பாக விளங்கும் தொழில்கள், விளைபொருட்கள், மற்றும் மனிதவளங்களை இன்னும் சிறப்பாக்கவும், தேவையான புதிய

முயற்சிகளை நகரம், கிராமம் என்ற வேறுபாடற்ற மாநிலம் தழுவிய பரவலாக்கப்பட்ட முயற்சியாகவும் அவை இருக்கவேண்டும் என்பதைக் கருத்தில் கொண்டு, கீழ்க்காணும் தலைப்புக்களில் கவனம் செலுத்தி, ஆராய்ச்சிகளுடன் கூடிய மனிதவளம், வேலைவாய்ப்பு மற்றும் நிலைபெறும் சமுதாய, பொருளாதார வளர்ச்சிக்காக ஒவ்வொரு திட்டத்தையும் விரிவாக விவாதித்து முன்னெடுக்கலாம்.

I. அறிவியல் தொழில்நுட்பப் புத்தாக்கப் பூங்காக்கள் (Innovation Parks):

தமிழகத்தில் மாவட்டத்திற்கு ஒன்று வீதம், அனைத்து மாவட்டங்களிலும் அந்தந்த மாவட்டங்களின் தேவை, இளைஞர்களின் எண்ணிக்கை மற்றும் திறமைக்கேற்ப மூன்றடுக்கு "அறிவியல் தொழிநுட்பக் புத்தாக்கப் பூங்கா"க்களைக் கீழ்க்காணும் முறைப்படி உருவாக்கலாம்.

i. பொறியியல் மாணவர்கள்/ இளம் பட்டதாரிகளுக்கு:

இப்போது ஒரு சில பெரிய கல்லூரிகளில் மட்டும் உள்ள புத்தாக்க மையங்களை (Innovation Centres) ஒவ்வொரு மாவட்டத்திற்கும் குறைந்தது ஒன்று என்ற முறையில், பொது வளாகங்களில் உருவாக்குதல்.

ii. இளம் தொழில்முனைவோர்களுக்கு:

சென்னையில் உள்ள ஐஐடி புத்தாக்க ஆராய்ச்சி மையம் (IIT Innovation Research Centre) அடிப்படையில்...

- மின்சார வாகனங்களுக்கான லித்தியம்அயனி மின்கலம் (Li Ion batteries for Electric Vehicles)
- விவசாயத்திற்கான வயல் மற்றும் விவசாயப் பொருட்களுக்கான புது மாதிரியான உபகரணங்கள்
- கோவிட்19 போன்ற பெருந்தொற்றை எதிர்கொள்ளும் புதிய வகை மருத்துவத் தொழில்நுட்ப முனைப்புகள் எனப் பலவற்றையும் செய்ய வாய்ப்பளிக்கலாம்

iii. வெளிநாடு மற்றும் வெளி மாநிலத் தமிழர்களின் கூட்டுமுயற்சியோடு இங்குள்ளவர்களுடன் சேர்ந்து:

- குறைகடந்தி சாதனம் உருவாக்கும் தொழிற்சாலைகளை (Semi conductor device fabs) நிர்மானித்தல்
- லித்தியம் அயனி செல் உருவாக்கும் நிலையங்களைப் (Li Ion cell fabrication) போன்ற பல உயரிய தொழில்நுட்பங்களைத் தமிழகத்தில் உருவாக்குதல்.

2. தமிழ்நாடு ஆளில்லா விமானக் கழகம் (Tamilnadu Drone Corporation)

தமிழகத்தில் சற்றேக்குறைய ஐம்பதாயிரம் பொறியியல் பட்ட தாரிகளுக்கு வாய்ப்பளிக்கும் வண்ணமும், இந்தியாவிற்கே முன்னோடியாக செயல்படும் தொழில்நுட்ப வளாகத்தை உடனே முன்னெடுக்க முடியும். இதன் அளவிலா, இன்றியமையாப் பயன்கள் விவசாயம், தொழில், வணிகம், பாதுகாப்பு போன்ற முக்கியமான துறைகளில் தேவையாக உள்ளன.

3. தமிழ்நாடு வாழைக்கழிவு மேலாண்மைப் பூங்காக்கள்

இதற்கான ஆராய்ச்சிகள் முடிந்து ஆரம்பக் கட்டப் பணிகள் துவங்கும் நிலையில் நாம் இருக்கிறோம். நீண்டகால ஒப்பந்தத்தில் வாழைச் சாகுபடியாகும் திருச்சி, கோபி, தேனி, திண்டுக்கல் போன்ற இடங்களில் அரசு 50-60 ஏக்கர் நிலம் ஒதுக்கும் பட்சத்தில் வாழைக்கழிவு மேலாண்மைப் பூங்காக்களை அமைக்கத் தனியார் துறை தயாராக உள்ளது.

4. பின்னலாடை மற்றும் தோல் ஆலை கழிவு

இப்போதுள்ள ஆலைக் கழிவு நிலையங்களின் தொழில் நுட்பத்தை மாற்றுவதன் மூலம் அவற்றின் செயல்பாட்டுக்கான அன்றாடச் செலவுகளைக் குறைப்பதன் மூலம், தமிழ்நாட்டில் பின்னலாடை மற்றும் தோல் பதனிடும் தொழில்களைத் திரும்பவும் வணிக ரீதியில் முன்னுக்குக் கொண்டு வரமுடியும்.

5. ஒருங்கிணைந்த வலைத்தமிழ்நாடு

தமிழ்நாட்டின் தற்போதுள்ள இன்றியமையா இ-சேவைக்கான 4G மற்றும் 5G தொழில்நுட்பங்களை இணைத்துத் தமிழகம் முழுவதற்கும் விரிவுபடுத்துதல்.

6. இரண்டாம் வேளாண்புரட்சி

- தரிசல் / கருவேளாண் காடுகளை விளைநிலமாக்கல்
- பசுமை உரம்
- வேளாண்மையில் புதிய தொழில்நுட்பம்
- ட்ரோன் பயன்பாடு : பசுமையுரம் / பூச்சிதெளிப்பான்
- ஹைட்ரசன் டீசல் மோட்டார்கள்

போன்ற மிகமுக்கிய மாற்று வேளாண் முனைப்புகளை முன்னெடுத்தல்.

7. ஹைட்ரசன் சார்ந்த எரிசக்தி

பெட்ரோல், டீசலுக்கு மாற்றான எரிபொருளாய் ஹைட்ரசனை உபயோகிக்கும் முறைகளை முன்னெடுக்கும் ஆராய்ச்சி.

8. தமிழ்நாடு வான் விண்வெளி மற்றும் பாதுகாப்புப் பூங்கா (Tamilnadu Aerospace & Defence Park):

மத்திய அரசின் இந்தத் திட்டத்தைத் துரிதப்படுத்துவதன் மூலம் தமிழகத்தில் மிகப்பெரிய அளவில் அரசு சார்ந்த மற்றும் தனியார் வான் மற்றும் விண்வெளி ஆராய்ச்சி முனைப்புகள் மற்றும் பணி வாய்ப்புக்களை உருவாக்கமுடியும்.

9. செயற்கை மழைசார்ந்த ஆராய்ச்சிகள்

ஆளில்லா விமான ஆராய்ச்சியில் தமிழ்நாட்டில் ஏற்பட்டுள்ள முன்னேற்றங்களை முன்னெடுத்து, செயற்கை மழைக்கான ஆய்வுகளை நடைமுறைப் படுத்துதல்.

10. மருந்து ஆராய்ச்சி மையம்

புற்றுநோய் மற்றும் கோவிட்19 போல எதிர்வரும் பெருந் தொற்றுக்களை எதிர் கொள்ளக்கூடிய கூட்டு மருந்து மற்றும் மருத்துவ சாதன ஆராய்ச்சிகளை ஊக்குவித்தல்.

11. அண்ணா பல்கலையில் அதிநுண் செயற்கைக்கோள் (Nano Satellite Centre of Excellence) தனிச்சிறப்பு மையம் உருவாக்குதல்:

தொலைத்தொடர்பு, இயற்கைவளக் கண்காணிப்பு, தேசியப் பாதுகாப்பு போன்ற அதிமுக்கிய துறைகளில் நவீன அதிநுண் செயற்கைக்கோள்கள் மூலம் குறைந்த செலவில் மிகக்குறுகிய காலத்தில் கணிசமான பயன்பாடுகளைப் பெறலாம்.

இதற்காக அண்ணா பல்கலையில் ஒரு சிறப்பு மையம் தோற்றுவித்தல். அதன் சிறந்த செயல்பாட்டால் தமிழகத்தின் அனைத்துத் தொழில் மேம்பாட்டுத் துறைகளுக்கும், பொறியியல் வளாகங்களுக்கும், கல்லூரிகளுக்கும், இந்தியாவின் மற்ற பகுதிகள், பல வெளிநாடுகளில் உள்ள ஏனைய தொழில் மேம்பாட்டுத் துறைகள், வளாகங்கள் மற்றும் உயர்கல்வி நிறுவனங்களுக்கும் மிகச் சிறந்த முன்மாதிரியாகத் திகழுமாறு உருவாக்கம் செய்ய இயலும்.

12. அறிவியல் தொழில்நுட்ப வளர்ச்சிக்கான தன்னார்வக் குழுக்கள்

ஒவ்வொரு வட்டத்திற்கும் தன்னார்வக் குழுக்களை ஊக்குவித்து, அவர்களின் உதவியுடன் மேற்கண்ட அரசு முன்னெடுப்புக்களைப் பரவலாக்குதல். கோவிட்19 போன்று வரும் எந்த இயற்கைப் பேரழிவையும் மக்கள் எப்படி எதிர்கொள்வது என்ற விழிப்புணர்வுகளையும் இந்தக் குழுக்கள் வழியாக அனைத்து மக்களுக்கும் சென்றடையச் செய்யலாம்.

மேற்கண்ட திட்டங்களை மிகச்சிறப்பாக செயல்படுத்தி வேளாண்மை முதல் விண்வெளி வரை பலப் பல துறைகளில் தமிழகத்தில் அறிவியல் தொழில் நுட்பத்தையும், பல்லாயிரம் வேலைவாய்ப்புக்களையும் உரு வாக்கி பொருளாதாரத்தை மேம்படுத்த முடியும்.

ஜூன் 2021

தமிழ்நாட்டில் விண்வெளிப்பூங்கா

- மயில்சாமி அண்ணாதுரை

அறிவியலின் உச்சம் விண்கல அறிவியல் (Rocket Science) என்பது அறிவியல் உலகின் வழக்கச்சொல். 'தமிழ்நாடு அறிவியல் தொழில் நுட்பம் 2030'இன் தொடர் முயற்சியில் அந்த உச்சக்கட்ட அறிவியல் தொழில்நுட்பத்தையும் இணைக்க முடிந்தால், இந்தியாவில் மட்டுமல்ல, சர்வதேச அளவில் கூட தமிழகம் ஒரு முன்னணி இடத்தைப் பெற்றுச் சிறக்க முடியும். அதற்கான ஒரு முழுமையான வாய்ப்பை இந்தக் கட்டுரை கோடிட்டுக் காட்ட முயல்கிறது.

உலகின் இரண்டு பெரிய விண்கலன்கள் ஐரோப்பாவின் "ஆரியான்-5" மற்றும் அமெரிக்கப் பணக்காரர் இலான் மஸ்க்கின் "ஃபால்கன்-9". 780 டன் எடை கொண்ட ஆரியான்-5 ஏவுகலனின் அனைத்துப் பாகங்களும் பல ஐரோப்பிய நாடுகளில் செய்யப் படுகின்றன. தேவையான பரிசோதனைக்குப் பின், அவை பிரான்சு

நாட்டிலிருந்து, கடல்வழியாக கப்பல்கள் மூலம் ஏறத்தாழ 7000கிமீ எடுத்துச் செல்லப்பட்டு, தென்னமெரிக்காவிற்கு அருகில் உள்ள பிரெஞ்சுக் கயானாவில் ஒருங்கமைக்கப்பட்டு விண்ணில் செலுத்தப்படுகிறது. இவ்வளவு செலவு செய்து ஏவுகலனைக் கண்டம் விட்டுக் கண்டம் கொண்டு செல்வதற்குக் காரணம் ஐரோப்பிய நாடுகளிலிருந்து விண்கலன்களை விண்ணுக்கு ஏவினால் அறிவியல் விதிப்படி எடைமிகுந்த செயற்கைக் கோள்களை விண்ணில் செலுத்த முடியாது.

ஃபால்கன்-9 - ஆரியான்-5 ஏவுகலன்கள்

ஆனால் இலான் மஸ்க்கின் ஸ்பேஸ் எக்ஸ் நிறுவனம் அதே அறிவியல் விதியை மனதில் கொண்டு மிகப் பெரிய ஏவுகலன் மற்றும் சிறிய செயற்கைக் கோள்களை ஒரே இடத்தில் தயாரித்து அமெரிக்காவின் கென்னடி ஏவுதளத்திலிருந்து செலுத்திச் செலவைச் சிக்கனப்படுத்துகிறது.

இந்த இரு சூட்சுமங்களையும் மனதில் கொண்டு, நம் தமிழகத்தின் குலசேகரப்பட்டினத்தில் புதிய ஏவுதளத்தையும், அதற்கு அருகிலேயே சிக்கனமான சிறிய ஏவுகலன்களையும் செயற்கைக் கோள்களையும் உருவாக்கும் ஒரு நிலையத்தையும் உருவாக்கினால், உலகிலேயே மிகக் குறைந்த செலவில் செயற்கைக் கோள்களை விண்ணில் செலுத்தும் வாய்ப்பை நாம் பெற முடியும்.

பாதுகாப்பு - விண்வெளி: தமிழகச்சூழல்

இந்தப் பொன்னான வாய்ப்பை நாம் பயன்படுத்தும் பொழுது பல ஆயிரம் இளைஞர்களுக்கு வேலைவாய்ப்பையும் நமது தமிழ் மண்ணிற்கு பெரும் வருவாயையும் தருவிக்க முடியும்.

01.03.2022

உலகத்து வானில் தமிழகத்து ஆளில்லா விமானங்கள்

- மயில்சாமி அண்ணாதுரை

சற்றேறக்குறைய ஐம்பதாயிரம் பொறியியல் பட்டதாரிகளுக்கு வாய்ப்பளிக்கும் வகையிலும் இந்தியாவிற்கே முன்னோடியாகச் செயல்படும் "தமிழ்நாடு ஆளில்லா விமானக்கழகம்" என்ற தொழில்நுட்ப வளாகத்தை உடனே முன்னெடுக்க முடியும் என்ற கருத்தைத் தொடர்ந்து பேச்சிலும் எழுத்திலும் நாம் வலியுறுத்தி வருகிறோம். அதன்படி சமீபத்தில் அறிவிக்கப்பட்ட தமிழகத்தின் 2021-22 ஆண்டுக்கான வரவுசெலவுத்திட்ட நிதியறிக்கையில் தமிழ்நாடு ஆளில்லா விமானக் கழகத்திற்கான அறிவிப்பை நாம் பார்த்தோம் தானே? அதன் அடுத்த கட்டமாக, அண்ணா பல்கலைக்கழகத்தில் இந்தியாவிலேயே முதன் முறையாக ஒரு பயிற்சிப்பள்ளியும் ஆரம்பித்திருப்பது மற்றுமொரு சிறப்பு.

ஐம்பாதாயிரம் பொறியியல் பட்டதாரிகளுக்கு எப்படி தமிழ்நாடு ஆளில்லா விமானக்கழகம் வாய்ப்பளிக்க முடியும் என்பதைச் சுருக்கமாகப் பார்ப்போமா?

முதலில் ஆளில்லா விமானங்களை எதற்கெல்லாம் பயன்படுத்தலாம் என்று பட்டியலிடுவோம்.

1. விவசாயம்:

பூச்சிக்கொல்லித் தெளிப்பைச் சிக்கனமாகவும், சீக்கிரமாகவும், முறையாகவும், தெளிப்பவருக்கு எந்தப் பாதிப்பும் இல்லாமலும் செய்ய முடியும். தமிழ்நாட்டில் 15,979 கிராமங்களும் 43.47 இலட்சம் ஹெக்டேர் விளைநிலங்களும் உள்ளன. ஒவ்வொரு கிராமத்திற்கும் இரண்டு அல்லது 1500 ஹெக்டேருக்கு ஒன்று என்ற விகிதத்தில் ஆளில்லா விமானங்களை ஒதுக்கினால் கூட 30,000 ஆளில்லா விமானங்கள் தேவைப்படும். அப்படி ஒதுக்கப்படும் ஒவ்வொரு விமானத்தின் தேவையும் சராசரியாக வருடத்தில் 200 நாட்களுக்கு மேல் தேவைப்படும்

2. பொது சுகாதாரம்: கிருமி நாசினி தெளிப்பு

3. காவல் துறை: சட்டமீறல் கண்காணிப்பு, போக்குவரத்து மேலாண்மை

4. தீயணைப்பு: உயர்கட்டிடங்களுக்கு நீர் பீச்சியடிக்க

5. மின்சார இலாகா: உயரமுத்த மின்கம்பக் கண்காணிப்பு

6. உயர்கல்வி: ஆளில்லா விமானத் தொழில்நுட்பம் மற்றும் ஆராய்ச்சி

7. சுரங்க மேலாண்மை:

ஆற்றுப்படுக்கை மணல் கண்காணிப்பிலிருந்து, அனுமதிக்கப்பட்ட சுரங்க நடைமுறைக் கண்காணிப்பு வரை.

பேரிடர் மேலாண்மை, சுற்றுலா, காடு வளர்ப்பு, நகர்ப்புற உள்கட்டமைப்பு, திரைப்படம் மற்றும் தொலைக்காட்சிப் படப்பிடிப்பு என்பவற்றைக் கடந்து செயற்கை மழைக்கான உத்திகள், எல்லைப் பாதுகாப்பு என்று ஆளில்லா விமானங்களுக்கான பயன்பாடுகளின் பட்டியலை முடிவின்றி நீட்டிக் கொண்டே போகலாம்.

ஆளில்லா விமானங்கள்

இந்தப் பணிகளில் ஆளில்லா விமானங்களை இயக்க மட்டுமே ஐம்பதாயிரத்திற்கும் மேலாக பயிற்சி பெற்ற ஆளில்லா விமான ஓட்டிகள் தேவைப்படுகிறார்கள். அதைத்தாண்டி ஆளில்லா விமானங்களை உருவாக்கவும், அவற்றிற்கான பாகங்களை உற்பத்தி செய்யவும், அவற்றின் பணிகளை அரசின் கட்டமைக்கப்பட்ட ஒழுங்கில் கண்காணிக்கவும் என்பதாக நீளும் பணிகளிலும் பல ஆயிரம் பட்டதாரி இளைஞர்களுக்கு வாய்ப்பளிக்க முடியும்.

இந்தப் பணிகளைத் தமிழகம் தாண்டி மற்ற மாநிலங்கள், ஏன் நாடுகள் முன்னெடுக்கும் போது, நமது சென்னையில் உருவான கார்களை மற்ற மாநிலத்தவர் மற்றும் நாட்டினர் உபயோகப்படுத்துவதைப் போல் தமிழகத்தில் உருவாகும் ஆளில்லா விமானங்களை அவர்கள் உபயோகத்திற்கெனவும் தயாரிக்கும் போது மேலும் பல ஆயிரம் பணிகளையும் மாநிலத்தின் பொருளாதார மேம்பாட்டுக்கும் "தமிழ்நாடு ஆளில்லா விமானக் கழகம்" உதவ முடியும்.

01.01.2022

பி.கு: 25 ஜனவரி 2022 அன்று "தமிழ்நாடு ஆளில்லா வானூர்திக் கழகம்", தமிழக முதலமைச்சரால் முறைப்படி திறக்கப்பட்டது.

விண்வெளித் தொழில்நுட்பங்கள்

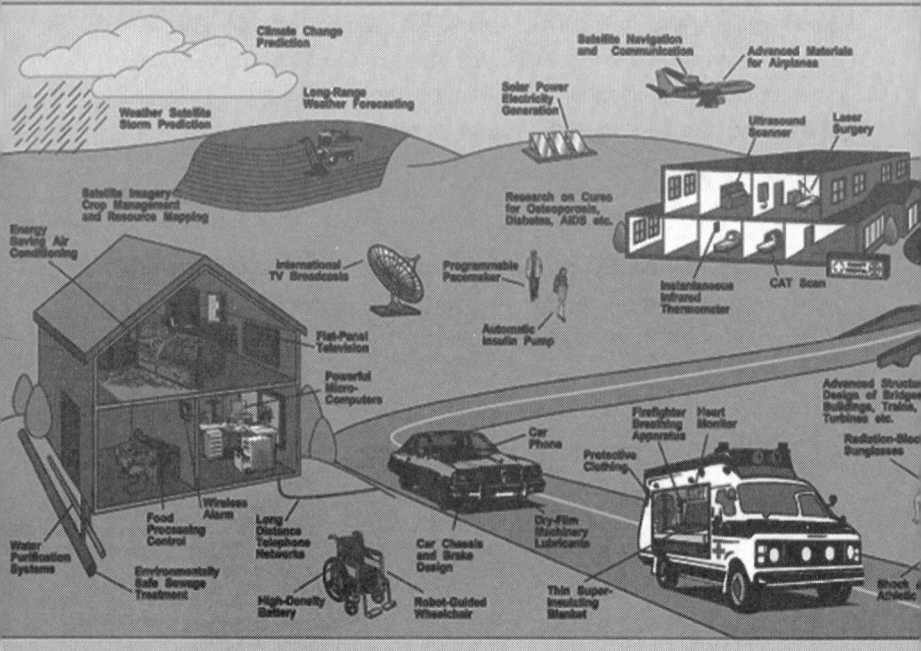

கருந்துளை : கண்டுபிடிப்பும் படிப்பினைகளும்

– மயில்சாமி அண்ணாதுரை

பூமி, செவ்வாய், புதன், வியாழன் உள்பட கிரகங்கள் சூரியனைச் சுற்றி வருவதற்குக் காரணம் சூரியனின் ஈர்ப்பு விசை. ஒரு நிமிடம் கண்களை மூடி மேலே உயரே சென்று சூரிய மண்டலத்தையும், அதன் கிரகங்களையும் பார்ப்பதாய் மனதில் நினையுங்கள். பூமி, செவ்வாய், புதன் சுற்றும் போது சூரியனை உங்களால் பார்க்க முடியவில்லை என்று வைத்துக் கொள்ளுங்கள். ஆனால் சூரியனின் விசை இல்லாமல் அவை சுற்ற முடியாது. அதாவது நாம் சூரியனைப் பார்க்க முடியாமல் போனாலும் பூமி, செவ்வாய் எல்லாம் சுற்றக் காரணம் அவற்றின் சுற்று வட்டத்தின் மையத்தில் உள்ள சூரியனின் ஈர்ப்பு விசை. நம்மால் சூரியனைப் பார்க்க முடிவதன் காரணம் அதில் நிகழும் இயற்கை நிகழ்வுகளால் தோன்றும் சூரிய ஒளி நம் பூமிக்கு வருவதால் தான்.

ஆனால் பேரண்டத்தில் பல இடங்களில் பூமி, செவ்வாய் போன்றவை சுற்றி வரும் போது அவற்றின் மையத்தில் சூரியன் போன்ற ஒரு நட்சத்திரத்தை மனிதனால் காண முடியாத நிலை இருக்கிறது. அதற்குக் காரணம் மிக அதிகமான விசை உள்ள ஒரு பெரிய நட்சத்திரம் தனது ஒளியைக்கூட வெளிவிடாதது காரணமாக இருக்கலாம் என்று விஞ்ஞானிகள் கணித்து, கண்ணால் பார்க்க முடியாத காரணத்தால் "கருந்துளை" (Black Hole) என்று பெயரிட்டனர். தனது ஈர்ப்பு எல்லைக்குள், வரும் ஒளியைக்கூட தன்னகத்தே பிடித்து வைத்துக் கொள்ளும் ஆற்றல் கொண்டவை கருந்துளைகள். அண்டவெளியில் அதிகமாக உள்ள கதிர்வீச்சுகளும் கருந்துளைக்கு அருகில் செல்லும்போது ஈர்க்கப்படுகின்றன.

இரவு நேரத்தில் விண்கற்கள் கீழே எரிந்து விழுவதைப் பார்த்து இருக்கிறோம். பூமியின் வளி மண்டலத்தில் ஏற்படும் உராய்வினால் ஏற்படும் வெப்பமே இதற்குக் காரணம். இதே போன்று கருந்துளையைச் சுற்றியுள்ள இடங்களில் இருந்து கருந்துளையை நோக்கி ஈர்க்கப்பட்டுக் கொண்டிருக்கும் பல கதிர் இயக்கக் கற்றைகள் மிகவும் லேசாக இருந்தாலும் கூட அதிகப்பட்சமான ஈர்ப்பு விசை இருப்பதால் கருந்துளைக்கு அருகில் செல்லும் போது, கருந்துளையின் ஈர்ப்பு விசைக்குள் அவை உராய்ந்து அதிக வெப்பத்தை உருவாக்கி கருந்துளையின் உள்ளே விரைந்து செல்லும். அதன் விளைவாக, கருந்துளையை நேரிடையாகப் பார்க்க முடியாவிட்டாலும் அதைச் சுற்றி நிகழும் இந்த நிகழ்வுகளைப் பார்க்க முடியும் என்பது அறிவியலாளர்களின் ஒருமித்த கணிப்பு.

இதுவரை பேரண்டத்தில் கண்டறியப்பட்ட கருந்துளைகளில் மிகப் பெரியதாகக் கருதப்படும் எம்-87 என்ற கருந்துளையைச் சுற்றிய நிகழ்வுகளைப் படம் பிடிக்கக்கூட சற்றேறக்குறைய பூமியின் விட்டத்தில் ஒரு தொலைநோக்கி இருந்தால் மட்டுமே முடியும். காரணம், பூமியிலிருந்து அதன் தூரம் 51 மில்லியன் ஒளியாண்டுகள். அவ்வளவு தூரத்தில் நடக்கும் நிகழ்வைப் படம் பிடிக்க பூமியின் விட்ட அளவுடைய தொலை நோக்கி தேவை. ஆனால் அவ்வளவு பெரிய தொலைநோக்கி சாத்தியமில்லை. இந்த குறையை நிவர்த்தி செய்ய கடந்த பத்து வருடங்களாக நிகழ்ந்த விஞ்ஞானிகளின் ஆராய்ச்சியின் பயனால் உருவாக்கப்பட்ட ஒரு தொலைநோக்கி தான் "நிகழ்வெல்லை தொலைநோக்கி" (Event Horizon Telescope)

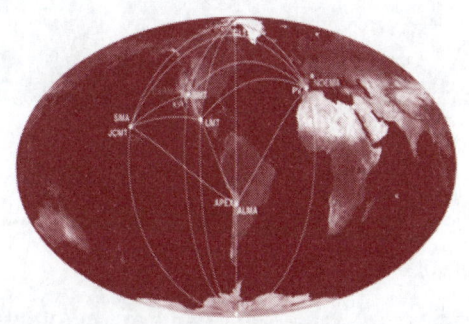

நிகழ்வெல்லைத் தொலைநோக்கியின் அமைப்பு

படத்தில் உள்ளது போல் உலகின் பல மூலைகளில் நிறுவப் பட்டிருக்கும் எட்டுப் பெரிய தொலைநோக்கிகளை ஒன்றாக இணைந்து, ஒரே சமயத்தில், பலமுறை, தொடர்ந்து பத்து நாட்களுக்குப் படம் எடுத்துப் பின் அந்தப் படங்களையெல்லாம் ஒரு கட்டுக்கோப்புடன் சேர்ப்பது என்பது தான் அந்த முறை. அந்தப் பத்து நாட்களில் எம்-87 ல் இருந்து பார்க்கும்போது பூமியின் சுழற்சியால் ஒவ்வொரு தொலைநோக்கியும் வெவ்வேறு இடம் நோக்கி நகர்ந்து பூமியின் விட்டத்தை ஒத்த பெரிய தொலை நோக்கி போன்ற ஒரு செயல்முறை நிகழ்கிறது. இதனுடன் பெரிய கம்ப்யூட்டர்களின் துணையும், 200 சர்வதேச விஞ்ஞானிகளின் உழைப்பும், ரூ.300 கோடி செலவும் சேர்ந்து உருவாக்கியதுதான் நாம் பார்க்கும் எம்-87 கருந்துளையின் படம்.

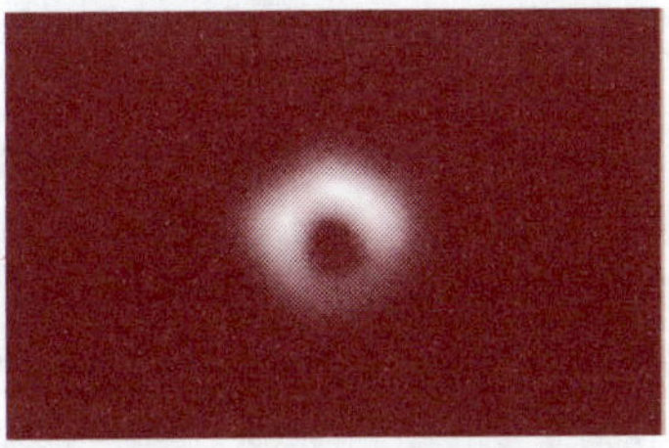

எம்-87 கருந்துளை படம்

நமது பால்வெளியில் உள்ள கருந்துளையைப் படம் பிடிக்க இன்னும் அதிகம் செலவாகும். இன்னும் சிறிது காலமும் பிடிக்கும். அதன் சிறிய அளவும் அதன் புற வெளியிலிருந்து வரும் குறைந்த சமிக்ஞை அளவும் அதற்குக் காரணம். நமக்கும், நமது சூரிய மண்டலத்துக்கும் அதனால் பாதிப்பு எதுவும் இருக்கிறதா என்பதை பார்ப்பதற்கு இந்த ஆராய்ச்சி முன்னோடியாக இருக்கும். முயற்சிகள் தொடர்கின்றன.

மே 2019

நிலவில் வீடும் 4ஜி அலைவரிசையும்

- மயில்சாமி அண்ணாதுரை

நிலவில் மனிதர்கள் குடியேறுவதற்கான ஆய்வுகளைப் பல நாடுகளும் மேற்கொண்டுள்ளன. குடியேற வீடு தேவை, நிலவில் வீடுகட்டும் தொழில்நுட்ப ஆராய்ச்சியின் ஒரு படிதான் நீங்கள் இங்கு பார்க்கும், முப்பரிமாண அச்சில், நிலவு மண்ணொத்த, திருச்செங்கோட்டுக்கு அருகில் உள்ள சித்தாம்பூரில் எடுத்து பதப்படுத்தப்பட்ட மண்ணில் பெங்களூரு செயற்கைக்கோள் ஆய்வு மையத்தில் கட்டப்பட்டுள்ள சிறிய வீடு.

முப்பரிமாண அச்சில், மாதிரி நிலவு வீடு

நிலவில் விவசாயம் பற்றிய ஆராய்ச்சிகளும் நல்ல பலன்களைக் கொடுக்க ஆரம்பித்துள்ளன. அடுத்து, தகவல் பரிமாற்றத்திற்கான தொலைத்தொடர்பு. அறிவியல் தொழில்நுட்பத்தால், தூரத்து மனிதர்களுடன் தொடர்பு கொள்ள முதலில் வந்த தந்தியும் அடுத்து வந்த தொலைபேசியும் கம்பிகளால் இணைக்கப்பட்ட முறையில் ஓரிடத்திலிருந்து மற்றொரு இடத்தில் இருந்த வீடுகளையும், அலுவலகங்களையும் இணைத்தன. இந்த இணைப்புகள் எல்லா வீடுகளிலும், அலுவலகங்களிலும் இருந்திருக்கவில்லை. அடுத்த கட்டமாக, சற்றேறக்குறைய இருபது வருடங்களுக்கு முன் வந்த கைபேசிகள், ரேடியோ அலைகளால் இணைக்கப்பட்ட உயர்ந்த செல்கோபுரங்களின் உதவியால் அழைப்பவர் கையிலிருக்கும் கைபேசியையும், அழைக்கப்பட்டவர் கையில் உள்ள கைபேசியையும் இணைத்தன.

அடுத்தடுத்து 1ஜி, 2ஜி, 3ஜி, 4ஜி என்று வளர்ந்து 5ஜி என்ற ஐந்தாவது தலைமுறை கைபேசிகள், இப்போது பல நூறு கோடி மக்களின் கைகளில் தவழத் தொடங்கியுள்ளன. பள்ளிக் குழந்தைகளிலிருந்து, நாடாளும் மன்னர்கள் வரை சில நிமிடங்கள் கைபேசி தம் கைவிட்டுப் போனால் ஒரு விதப் பதற்றத்திற்குள்ளாவது பெரும்பான்மையினரிடம் வழக்கமாகிவிட்டது. இப்படித் தொலைத்தொடர்பு சாதனங்கள் வளர்ந்து வருகின்றன நாம் வாழும் பூமிப்பந்தில்.

இப்போது நமது பூமிலிருந்து நிலவை எட்டிப் பார்ப்போமா? ஆம்ஸ்ட்ராங்க் நிலவில் இறங்கிய காலம், கம்பிகளால் இணைக்கப்பட்ட தொலைபேசி காலம். அப்போது நிலவில் இறங்கிய மனிதன் பல கோடி டாலர்கள் மதிப்புள்ள பெரிய ஆண்டென்னாக்கள் வழியே ரேடியோ அலைக்கற்றைகள் மூலம் தரைக்கட்டுப்பாட்டு நிலையத்துடன் மட்டுமே தொடர்பு கொள்ள முடிந்தது. அறுபதுகளிலும், எழுபதுகளிலும் இருந்த மனிதனுக்கு இந்த முறை ஒத்துப் போனது. அதையும் தாண்டி அன்று இறங்கிய மனிதர்கள் சில மணிநேரங்கள் மட்டுமே நிலவின் தரையில் இருந்தார்கள். தேவையெனில், அவர்களுடைய உறவினர்கள் தரைக்கட்டுப்பாட்டு நிலையத்திற்கு வந்து நிலவில் இறங்கிய மனிதர்களுடன் உரையாடி திருப்தி அடைந்தார்கள்.

சந்திரயான்-1 மூலம் நிலவில் நீர் இருப்பதைக் கண்டறிந்த பின், நாசா உட்பட பல சர்வதேச ஆய்வகங்கள் திரும்ப மனிதனை நிலவுக்கு அனுப்பவும், அங்கு மனிதக் குடியிருப்புக்களை உருவாக்கவும், பல மனிதர்களைப் பல நாட்கள், பல மாதங்கள் தங்க வைக்கவும் திட்டமிட்டுள்ளன. அப்படி ஒரு குடியிருப்பு 2026-28 வாக்கில் உருவாகும் முன் அங்கு போய் இறங்கும் மனிதர்களின் தொலைத்தொடர்பு வசதிக்கும், தூரத்திலிருந்து நிலவில் உலா வரக்கூடிய ரோவர்கள், ரோபாட்கள் உள்ளிட்ட அறிவியல் தொழில்நுட்பக்கருவிகள்

போன்றவற்றை இயக்கவும், அவற்றினிடமிருந்து சமிக்ஞைகளைப் பறிமாறிக் கொள்ளவும் குறைந்தது 4ஜி வசதிகள் உள்ள தொலைத்தொடர்பு தொழில்நுட்பங்களும் கைபேசிச் சாதனங்களும் நிலவில் நிறுவப்பட வேண்டிய அவசியம் உள்ளது.

பூமியில் இப்போது 4ஜி தொழில் நுட்பத்திற்குத் தேவையான தரைநிலையத்தையும், செல் கோபுரங்களையும் உருவாக்கி இன்று அமெரிக்காவிலும் ஆஸ்திரேலியாவிலுமிருப்பவர்களும் இந்தியாவிலுள்ளவர்களும் கைபேசிகள் மூலம் பேசிக்கொள்வது போன்று நிலவில் இறங்கி உலவும் மனிதர்களுடன் பேச இயலும். நிலவில் இறங்கிய மனிதர்கள் தங்களுக்குள் தொலைத்தொடர்பு கொள்ளவும் அவர்களுக்கு உதவியாக இருக்கப் போகும் ரோபாட்கள் மற்றும் ரோவர்களை இயக்கவும், மண்ணுலக மனிதர்களுடன் தொடர்பு கொள்ளவும் இயலும்.

நிலவில் இப்போது பெரிய கட்டிடங்கள் இல்லை, டீவி சேனல்களால் ஏற்படும் தொல்லை 4ஜி அலைக்கற்றைகளுக்கு இருக்காது. இது போல் பல சாதகங்கள் இருந்தாலும், இங்கிருக்கும் 4ஜி தொழில்நுட்பத்தை நிலவில் நிறுவுவது அவ்வளவு சுலபமல்ல. நிலவில் தட்பவெப்ப மற்றங்கள் மிக அதிகமானது, நிலவின் இரவில் வெப்பநிலை மைனஸ் 130 டிகிரி செல்சியஸ் என்ற அளவிற்குக் குறையும் பகலிலோ 120 டிகிரி செல்சியஸ் என்ற நிலைக்கு உயரும். நிலவில் கதிர் வீச்சும் அதிகமாக இருக்கும். பூமியில் இருப்பது போல் நிலவில் அமையப் போகும் செல் கோபுரங்களுக்கு பெரிய, கனமான பேட்டரி, ஜெனெரேட்டர் என்று வைக்க முடியாது. மொத்தத்தில் இங்கிருக்கும் செல்போனிலிருந்து, செல் கோபுரங்கள் வரை ஏறக்குறைய எதுவும் நிலவின் சூழ்நிலையில் இயங்காது. எனவே நிலவிற்கு எடுத்துச் சென்று அங்கு ஒரு 4ஜி நெட்வொர்க்கை உருவாக்கி செயல்படுத்த சீரிய ஆராய்ச்சிகளும், நிலவொத்த சூழ்நிலையில் பரிசோதிப்பதும் மிகவும் அவசியம். சுருங்கச் சொன்னால் நாசா, நோக்கியாவுடன் செய்திருக்கும் 14 மில்லியன் டாலர் ஒப்பந்தம் இந்தப் பணிக்குத்தான்.

இன்றைய குழந்தைகள் தனது தாயின் கருப்பை விட்டு வெளியே வர அவர்கள் வீட்டில் 4ஜி இணைப்பு இருக்கிறதா என்று கேட்பதாக நாம் பார்த்த விளம்பரங்கள், நாளை நிலவுக்குச் செல்லும் மனிதர்களும் கேட்பார்கள் தானே? எல்லாம் சரியாகப் போகும் பட்சத்தில், சமுத்திரங்களால் பிரிக்கப்பட்டிருக்கும் கண்டங்களை இணைக்கும் இன்றைய 4ஜி தொழில்நுட்பம் சில வருடங்களில் நிலவையும் இணைத்துவிடும்.

01.06.2019

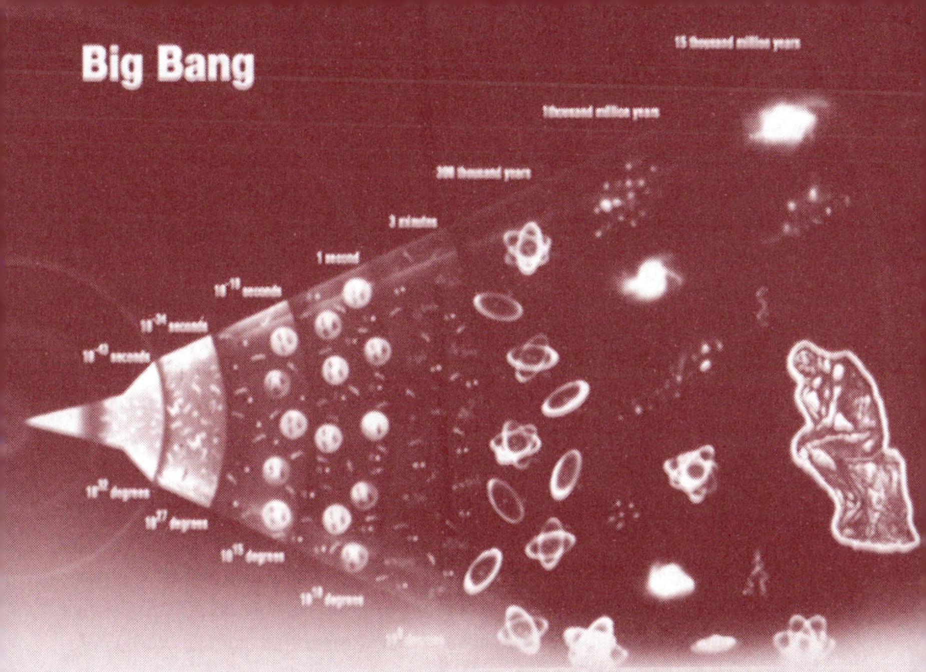

Big Bang

மனிதகுலத்தின் ஆயுட்காலம்

- மயில்சாமி அண்ணாதுரை

பலப்பல தலைமுறைகள் கடந்து நாம் பிறந்து வாழும் இந்தப் பூமிப்பந்து சஞ்சரிக்கும் பேரண்டத்தின் வயது 13,800 கோடி ஆண்டுகள் என்று அறிவியலாளர்களால் கணிக்கப்பட்டிருந்தது. ஆனால் கடந்த ஒரு மாதத்தில் நமது பேரண்டத்தின் வயது 700 கோடி ஆண்டுகள் கூடிவிட்டது. இப்போது அதன் வயது 14,500 கோடி என்று எனது அறிவியல் நண்பர்கள் குழு ஒன்று அறிவித்திருக்கிறது. சில வாரங்களில் பல நூறுகோடி ரூபாய்களைச் சம்பாதித்த அல்லது இழந்த சில மனிதர்களைப் பற்றிக் கேள்விப்பட்டிருக்கிறோம் ஆனால் அது எப்படி நமது பேரண்டத்திற்கு சில வாரங்களில் 700 கோடி ஆண்டுகள் வயது கூட முடியும் என்ற சிந்தனை வருகிறதா?

மேற்கண்ட கேள்விக்குப் பதில் தேட, கிட்டத்தட்ட நூறு ஆண்டு களுக்கு நாம் பின்னோக்கிப் பயணிக்க வேண்டியுள்ளது. எட்வின் ஹப்பிள் என்ற ஒரு இளைஞன் தனது படிப்பு விளையாட்டு

என்று எல்லாவற்றிலும் சிறந்து விளங்கினான். தனது தந்தையின் விருப்பப்படி வழக்கறிஞருக்காகப் படித்தான். இருந்தும் பின்னாளில் தன் விருப்பப்படி தனக்குக் கிடைத்த ஒரு வாய்ப்பின்படி விண்வெளி நோக்கித் தன் பார்வையையும் கவனத்தையும் திருப்பினான். அது வரையிலும் நமது பூமிப்பந்திலிருந்து நம்மால் நட்சத்திரங்கள் கண்சிமிட்டும் இரவில் பார்க்கும் பால்வெளி மட்டுமே பேரண்டம் என்று விண்ணியலாளர்கள் வரையறை செய்திருந்தார்கள். இதன் பின்னணியில் ஹப்பிள் பால்வெளியைத் தாண்டி, புத்தாக்க முறையில் தொலைவாகப் பார்க்க முயன்ற போது, தான் கண்டதைப் பார்க்கப் பார்க்க வியப்பில் சிலிர்த்தார்.

பால் வெளியைத் தாண்டிப் பலப் பல அண்டங்களையும் அடுத்தடுத்துப் பார்த்து உலகிற்கு உணர்த்தினார். அதன்பின், அண்ட வெளியைத் தொலைநோக்கிகள் கொண்டும் பெரிய தொலைநோக்கிகளை உள்ளடக்கிய செயற்கைக் கோள்களைக் கொண்டும் நுட்பமாகப் பார்த்த பொழுது பால்வெளி என்ற ஓர் அண்டம் மட்டுமே என்பதைத் தாண்டி பல நூறு, ஆயிரம், இலட்சம் என்பதைத் தாண்டி பல ஆயிரம் கோடி அண்டங்கள் இந்தப் பேரண்டத்தில் இருப்பதை அறிவியலாளர்களால் கண்டுணர முடிந்தது. இந்த மிகப் பெரிய எண்ணிக்கையையும் தாண்டி, அண்டங்கள் ஒன்றை ஒன்று மிக வேகமாக விலகிச் செல்வதையும் அந்த வேகத்தையும் துல்லியமாகக் கணித்தார் ஹப்பிள். பேரண்ட விரிவையும் அதன் வேகத்தையும் கணக்கில் கொண்டு பேரண்டத்தின் வயது 13,800 கோடி ஆண்டுகள் எனக் கணிக்கப்பட்டது. இந்தக் கணிப்பு நடந்து கிட்டத்தட்ட நூறு ஆண்டுகள் கழிந்த பின், சமீபத்தில் பூமியிலிருந்து இருநூறு ஒளி ஆண்டுகளுக்கு அப்பால் அறிவியலாளர்களால் பார்க்கப்பட்ட ஒரு நட்சத்திரத்தின் வயது நாம் முன்பே கணித்திருந்த பேரண்டத்தின் வயதை விடப் பல நூறு கோடி ஆண்டுகள் அதிகம் எனக் கணிக்கப்பட்டது. பேரண்டத்தின் வயதை விட அதில் சஞ்சரிக்கும் ஒரு நட்சத்திரத்தின் வயது அதிகமாக இருக்க முடியாது தானே. எனவே இந்தப் புதிய கண்டுபிடிப்பைக் கணக்கில் கொண்டு பேரண்டத்தின் வயது 14,500 கோடி ஆண்டுகள் எனத் திருத்தி எழுதப்பட்டிருக்கிறது.

அடுத்த வேளைச் சோற்றுக்கு வழியில்லாமல் பல மனிதர்கள் இருக்கும் இந்த உலகில், மாற்றுத்துணி இல்லாத பெண்கள் பலர் உலவும் இந்த மண்ணில், கடும் மழைக்கும், வெய்யிலுக்கும், குளிருக்கும் ஒதுங்க வீடின்றி வீதியில் உலவும் குடும்பங்கள் இருக்கும் நாட்டில், கவனிக்க ஆளின்றி அனாதை இல்லங்களில் நிறையும் கைவிடப்பட்ட குழந்தைகளும் முதியவர்களுமாய் நிறையும் நிலையில்,

ஏழை எளியவர்களின் அடையாளப்பட்டியல் வளர்ந்து கொண்டு செல்வதைப் பார்த்துக் கொண்டிருக்கும் நமக்கு, பேரண்டத்தின் வயது கூடினால் என்ன, குறைந்தால் என்ன என்று உங்களில் சிலர் கொஞ்சம் கிண்டலும், கொஞ்சம் எரிச்சலும் கொண்டு கேட்பது எனது காதில் விழாவிட்டாலும் என்னால் உணர முடிகிறது.

பள்ளி, கல்லூரிப் படிப்பில், விளையாட்டில், தொழிலில், வர்த்தகத்தில் மற்றும் குடும்பத்தில் தமக்கு முந்தையவர்கள் பெற்ற அனுபவங்கள் தாம் நமது பணியில் பொறுப்பாகச் செயல்பட மிகவும் உதவிகரமாக இருக்கும். அதே பாணியில் நாம் இருக்கும் இந்தப் பேரண்டத்தின் விரிவும் வரலாறும் அதில் நாம் வாழும் பூமிப்பந்தின் முக்கியத்துவமும் தெரிந்தால், அதிலும் பூமியில் தோன்றிய உயிர்களில் மனிதனாய்ப் பிறந்த நமக்கு இந்தப் புவி வாழ்வின் முக்கியத்துவமும் பொறுப்பும் உணர்த்தப்படலாம் என்ற ஒரு சிந்தனையும் கூட பேரண்டம் பற்றிய மேலே நாம் பார்த்த மனித ஆராய்ச்சிகளுக்கு ஒரு காரணமாக இருக்கலாம் என்று நான் நினைக்கிறேன்.

இது ஒரு புதிராகத் தெரிகிறதா? ஆச்சரியத்தை ஒதுக்கி வைத்து விட்டு, மேலே செல்வோமா? கொஞ்சம் அறிவியலின் துணையுடன், இந்தப் புதிரை அவிழ்க்கலாமா? அறிவியல், இந்தப் பேரண்ட நிகழ்வுகள் எல்லாம், ஒன்றுமில்லாத சூனியத்தில் இருந்து தொடங்கிய வெளி காலம் (Space - Time) என்ற நான்கு பரிமாணங்களுக்குள் அடங்கும் என்று கருதுகிறது. 1.இடம்-வலம், 2.மேல்-கீழ், 3.முன்-பின் என்று மூன்று பரிமாணங்களை வெளி (Space) நிர்ணயிக்கிறது. சூனியத் திலிருந்து பெருவெடிப்பு (Big Bang) ஏற்பட்ட அந்தத் தருணத்தில் காலம் உதயமானது. காலம், வெளி இரண்டுமே பெருவெடிப்பிற்கு முன் இருந்திருக்கவில்லை.

காலவெளியில் 14,500 கோடி ஆண்டுகள் கடந்த நமது பேரண்டப் பெருவெளியின் விரிவு 9,300 ஒளியாண்டுகள். (ஒளி ஒரு வினாடியில் பயணிக்கும் தூரம் சற்றேறக் குறைய மூன்று இலட்சம் கிலோ மீட்டர்கள். அந்த வேகத்தில் ஒளி ஒரு வருடத்தில் பயணிக்கும் தூரம் ஓர் ஒளியாண்டு) அதன்படி பார்த்தால், இந்தப் பேரண்டப் பெருவெளியில் எந்த இடத்தில், எவ்வளவு காலம் கடந்து வந்த ஒரு நிலையில் ஒரு சிறு நீர்க்குமிழியாய் நமது மனித வாழ்வு இருக்கிறது என்பதை உணர முடியும். ஒரு மனிதனின் பிறப்புக்கும் இறப்பிற்கும் இடைப்பட்ட காலம் மிகவும் குறுகியதாக இருந்தாலும், அந்தக் குறுகிய நாட்களை அர்த்தமுள்ள நாட்களாக மாற்றிக்கொண்ட பல்வேறு மனிதர்களின் வாழ்க்கைச் சரித்திரங்கள் நமக்குத் தெரிந்தவை தான்.

அதனால் மிகவும் அபூர்வமாகத் தோன்றும் நமது மனித வாழ்வின் மேல் தோன்றக்கூடிய மதிப்பும், மரியாதையும் மிக அதிகமாகலாம். அந்தத் தொடர்சங்கிலியின் மறுமுனை ஒரு மேம்பட்ட பொறுப்பை மனிதர்களிடையே உருவாக்கும். அந்தப் பொறுப்பை உணரும் மனித மனங்களின் செயல்பாடுகள் தான் ஆண்டாண்டு காலமாய் மனித சமுதாயத்தில் உள்ள ஏற்றத்தாழ்வுகளைத் தீர்க்கும்.

ஆம், நண்பர்களே மனித சமுதாயத்தில் இருக்கும் ஏற்றத் தாழ்வுகளைத் தீர்ப்பதற்கு முன், இந்த ஆராய்ச்சிகள் எதற்கு என்று கேட்பவர்களுக்கான பதில், மனித சமுதாயத்தில் உள்ள ஏற்றத்தாழ்வுகளைப் போக்கும் வண்ணம் ஒட்டுமொத்த மனித சமுதாயத்தில் ஒரு பொறுப்பை உணர்த்தவே இந்த ஆராய்ச்சிகள் என்பது எனது வாதம். ஆகவே தான், அறிவியல் கூடங்களிலும், கருத்தரங்குகளில் மட்டுமே இருந்த அறிவியல் கண்டுபிடிப்புகளையும் புரிதல்களையும் மக்கள் மன்றத்தில் கொண்டு வர வேண்டும் என்றார் கலாம். இமயச் சாரல்களிலும், பண்டிதர் சபைகளில் மட்டுமே இருந்த ஞானப் பொக்கிசங்களை மடைமாற்றி எல்லாத் தரப்பட்ட மக்களிடமும் சேர்த்த சுவாமி விவேகானந்தர் மற்றும் அவரின் வழி வந்தவர்களின் பணி போன்றது தான் இதுவும் என்று நான் உறுதியாக எண்ணுகிறேன்.

14,500 கோடி ஆண்டுகள் பயணித்து, 9,300 கோடி ஒளியாண்டுகளுக்கு விரிந்திருக்கும் இந்தப் பேரண்ட வெளியில் நமது பூமிப்பந்து கிட்டத்தட்ட மத்தியில் உள்ளது. ஆனால் காலம் என்ற பரிமாணத்தில் நாம் மத்தியில் இல்லாவிட்டாலும் மத்திக்குப் பக்கத்தில் இருக்கிறோம் என்று நம்மால் சொல்ல முடியுமா?

உங்களில் சிலர் "ஆம்", என்றும் பலர் "இல்லை" என்றும் பதில் சொல்லாம். ஆம், என்பவர்கள் சொன்னதன் அர்த்தம், இன்னும் 14,500 கோடி ஆண்டுகள் இல்லாவிட்டாலும், பல கோடி ஆண்டு களுக்கு நமக்கு அடுத்து அடுத்து வரும் தலைமுறைகள் வாழும் என்பதாகும். இப்பொழுது இருக்கும் மனிதனின் நிலையைப் பார்த்து இன்னும் பல கோடி ஆண்டுகளுக்குப் பின் மனித குலம் எப்படி இருக்கும் என்று கணிக்க முடியுமா? முயற்சித்துப் பார்ப்போமா?

"இல்லை" என்ற பதில் சொல்பவர்களின் கணிப்பு இந்த மனிதக் குலம் வாழும் காலம் இன்னும் குறைவான காலம் என்பதாகும். அந்தக் குறைவின் காரணங்கள் என்ன? அந்தக் காரணங்களைத் தெரிந்து கொண்டால் அவற்றைத் தவிர்த்து எப்படி நீடித்த வாழ்வு வாழ்வது என்று சிந்திக்க முயல்வோமா?

மனித குலத்தின் வாழ்விற்கான அச்சுறுத்தல்களை இரண்டாகப் பிரிக்காலாம்,
1. வெளியிலிருந்து வரும் ஆபத்துகள்
2. பூமிப்பந்தில் உருவாகும் உள்ஆபத்துகள்

வெளியிலிருந்து வரும் ஆபத்துகள்:

பெரிய விண்கற்களின் மோதலால் ஏற்படும் பெருவெடிப்பால் உலக உயிர்களுடன் சேர்ந்து மனிதகுலமே முற்றிலும் மடியலாம். ஆனால் சர்வேதச அளவில் மேற்கொள்ளப்பட்டு வரும் விண்வெளி ஆய்வுகளின் பலனால், எதிர்காலத்தில் அப்படி ஒரு நிலை வருவதை அதாவது ராட்சத விண்கல் ஏதும் பூமியை நோக்கி வருவதை முன்கூட்டியே அறிய முடியும். அப்படி வரும் ஆபத்தான விண்கல்லின் பாதையை மாற்றும் உத்திகள் இப்போது பரீட்சித்தும் பார்க்கப்படுகின்றன. எனவே விண்வெளித் தொழில்நுட்பம் வெளிமண்டலத்திலிருந்து வரும் பெரும் ஆபத்துக்களிலிருந்து மனித குலத்தைக் காத்துவிடும் என்று முழுவதுமாக நம்பலாம்.

பூமிப்பந்தில் உருவாகும் ஆபத்துகள்

இப்படி வரும் ஆபத்துகளை இரண்டு பிரிவுகளாக வகைப்படுத்தலாம்.
1. இயற்கைப் பேரழிவுகள் : அண்ட வெளியில் பல நட்சத்திரங்கள் தனது ஆயுள் முடிந்த பின் வெடித்து அழிவது போல், பூமியும் தானே வெடித்து அழிவது அல்லது இடி, மின்னல், புயல், வெள்ளம், எரிமலை வெடிப்பு போன்ற இயற்கை நிகழ்வுகளால் ஏற்படும் அழிவு.

2. மனிதனால் உருவாகும் பேரழிவுகள் : போர்கள், மாசுபட்ட சுற்றுச்சூழல் மற்றும் பெருந்தொற்றுகள்.

இயற்கைப் பேரழிவுகள்:

பலப் பல நட்சத்திரங்கள் ஒன்றுக்கும் மேற்பட்ட காரணங்களால் வெடித்துச் சிதறி தன்னிலை இழப்பதை இன்றைய நவீன அறிவியல் உலகம் பல நேரங்களில் படமாக்கிப் பதிவிட்டிருக்கிறது. அப்படி நட்சத்திரங்கள் வெடிப்பதற்கான காரணங்களில் ஒன்றைக் கண்டுபிடித்த நமது சந்திரசேகர் நோபல் பரிசும் பெற்றார். அந்த வரையறைப்படி சூரியனைவிட குறைந்த பட்சம் 1.4 மடங்கு எடையுள்ள நட்சத்திரங்களுக்கு அந்த முடிவு ஏற்படலாம். அல்லது நட்சத்திரங்கள் உயிர்ப்புடன் இருப்பதற்குக் காரணமான ஹைட்ரசன், ஹீலியம் வாயுக்கள் தீர்ந்து விட்டாலும் அவற்றின் ஆயுள் முடியும். ஆனால் நமது பூமிப்பந்து இப்படிப்பட்ட வரையறைகளுக்கு உட்பட்டதல்ல. எனவே நாம் ஒரு நிம்மதிப் பெருமூச்சு விடலாம்.

இடி, மின்னல், புயல், வெள்ளம், எரிமலை வெடிப்பு போன்ற இயற்கை நிகழ்வுகள் ஒரே சமயத்தில் அதிகப் பட்சம் சில இடங்களில் நடக்கலாம். அவற்றை ஓரளவு முன்கூட்டியே தெரிந்து கொள்ளும் சூட்சுமத்தை அறிவியல் உலகம் கண்டறிந்துள்ளதால் மனித உயிரிழப்புகள் அதிகம் இல்லாது உலகம் தப்பித்துக் கொண்டுள்ளது. அதே நிலை தொடரும். ஒரே சமயத்தில் இந்த இயற்கைப் பேரழிவுகள் உலகம் முழுமைக்குமாக நடப்பது என்பது சாத்தியமில்லாத ஒன்று. எனவே, மனிதகுலம் உருவாகக் காரணமான இயற்கை அதன் அழிவுக்குக் காரணமாக இருக்காது.

மனிதனால் உருவாகும் பேரழிவுகள்:

ஆக மிஞ்சியிருப்பது, இயற்கைச் சாவு அல்ல; அப்படியென்றால் அது தற்கொலையா? தர்க்கத்தின் முடிவில் வரும் பதில் அப்படித்தான் வருகிறது.

பேரழிவுப் போராயுதங்களும் அந்த ஆயுதங்களின் ஒரு வழித்தோன்றலான பேரழிவுத் தொற்றுகளும் தான் அவையோ? என்ற முடிவிற்கு நம்மை இந்த விவாதம் இட்டுச் செல்வதை நாம் மறுக்க முடியாது.

ஆக, மனித சமுதாயத்தின் ஆயுள் மனிதனின் கைகளில் தான் உள்ளது. இதை முழுதும் உணரும் பொறுப்பான மனித சமுதாயத்தால் இந்த உலகம் நித்திய ஆயுளுடன் இன்னும் பல கோடி ஆண்டுகள் வாழ வாழ்த்துவோம்!

01.10.2019

விடிவெள்ளி நோக்கி...

- மயில்சாமி அண்ணாதுரை

நிலவு மற்றும் செவ்வாய்ப் பயணங்களுக்குப் பின் சூரியனைப் பற்றிய ஆய்விற்கு "ஆதித்யா" கலன் தயாராகி வரும் வேளையில், இந்திய விண்வெளி ஆய்வகத்தின் இப்போதைய கவனம், வெள்ளிக் கிரகம் நோக்கி திரும்பியுள்ளது. காரணம் என்ன?

பூமியின் இரட்டைச் சகோதரி
நிலவைத் தாண்டி பூமிக்கருகில் சஞ்சரிக்கும் வெள்ளி, நாம் வாழும் பூமித்தாயின் இரட்டைச் சகோதரி. ஆம், அப்படித்தான் முந்தைய தலைமுறை வானியலாளர்கள் வெள்ளிக்கிரகத்தைக் குறிப்பிட்டார்கள்.

பருமனிலும், எடையிலும் பூமியை ஒத்தது வெள்ளி. கலீலியோ காலத்திற்குப் பின், சக்தி வாய்ந்த தொலைநோக்கிகள் கொண்டு நிலவு மற்றும் பல கிரகங்களின் தரைப்பகுதிகளை மனிதன் பார்த்திருக்கிறான். ஆனால், விண்ணில் பளீரெனத் தெரியும் வெள்ளியின் தரையைக்

கண்களால் கண்ட மனிதன் யாருமில்லை. ஏன் தெரியுமா? கந்தக அமிலமும் கரியமில வாயுவும் நிறைந்த வெள்ளியின் வான் வெளியில், சூரிய ஒளி பட்டுப் பிரதிபலிப்பதால், தங்கமாய் மின்னுகிறது வெள்ளி. அந்த வெளிச்சமான வெளியைத் தாண்டி மனிதக் கண்கள் வெள்ளியின் தரையைக் காண முடிவதில்லை. அறுபதுகளிலேயே வெள்ளிக்கிரகம் நோக்கிச் செயற்கைக் கோள்கள் சென்றிருந்தாலும், அந்தக் கோள்களால் கூட வெள்ளியின் தரையைக் காண முடியவில்லை.

வெள்ளிக் கிரகம்

செவ்வாய்க் கிரகத்தின் நிலையோ வேறு மாதிரி. அதன் தூரம் பூமியை விட்டு, வெள்ளியை விட அதிகம் என்றாலும், பூமியிலிருந்து மனிதக் கண்களுக்குச் செம்மையாய்த் தெரியும் நிறம் இரும்புச்சத்து (இரும்பு ஆக்சைட்டு) கலந்த அதன் தரையின் நிறம். முகத்திரை விலக்கி, முகமதி காண்பதாய், வெள்ளியின் அடர்ந்த வான்வெளித் திரை நீக்கி, அதன் தரை காண முயன்ற செயற்கைக் கோள்கள் பல. ரேடார் கண்கள் கொண்டு, வான்வெளி கிழித்து வெள்ளியின் தரை பார்த்த கோள்கள் பல. மெல்லத் தரையிறங்கி அந்த மண்ணின் தரம் கண்டு, புவிக்குப் பூச்செண்டாய் புதுச்செய்தி அனுப்பிய சில கோள்களும் உண்டு.

வெள்ளியின் முன்னெச்சரிக்கை

வெள்ளியிலிருந்து கிடைத்த செய்திகள், வெள்ளியின் இரட்டைச் சகோதரியான நமது பூமிக்கான நாளைய எச்சரிப்புக்களாய்த் தோன்றலாம். ஒரு காலத்தில் வெள்ளியில் ஓடிய ஆறும் அலைகடலும் இன்றில்லை. இன்று அமில மழை பெய்கிறது. அந்த மழை, நீர்த்திவலைகளை உறிஞ்சி, நீரில்லா வெள்ளியாய் மாற்றி விட்டது.

நாற்பது டிகிரி செல்சியசே நமக்கு கத்தரி வெய்யிலாய் கனல் காட்டும். ஆனால் நானூறு டிகிரி செல்சியசுக்கும் அதிகமான வெப்பம் வெள்ளியில். இப்படி, இன்று கொடுங்கோடையாய்த் தகிக்கும் வெள்ளியில், மழை பெய்யும் வாய்ப்பே பொய்த்துப் போயிருக்கிறது. இன்றும் நான்கு பருவங்கள் நமக்குன்டு. என்றும் மாறாக் கோடைப் பருவம் ஒன்றே அங்கே.

வெள்ளி சுவாரசியங்கள்

எல்லாக் கிரகங்களும் கடிகார முள் சுற்றும் திசையில் அதாவது மேற்கிலிருந்து கிழக்கு நோக்கிச் தனது அச்சில் சுற்றுகின்றன. ஆனால் வெள்ளியோ வித்தியாசமாய் கிழக்கிலிருந்து மேற்கு நோக்கித் தன்னச்சில் சுற்றுகிறது.

நாம் வாழும் பூமி தன்னைத் தானே சுற்றிக் கொள்ள எடுத்துக் கொள்ளும் 24 மணி நேரம், ஒரு நாள். பூமி சூரியனைச் சுற்றி வர எடுத்துக் கொள்ளும் 365 1/4 நாட்கள், ஒரு வருடம். பூமியின் 243 நாட்கள், வெள்ளிக்கு ஒரு நாள். பூமியின் 224.7 நாட்கள், வெள்ளிக்கு ஒரு வருடம். இவை நமக்குப் பொதுவாய் வியப்பாய்த் தோன்றும். ஆனால், ஒரு புறம் வியப்பையும் மறுபுறம் பயத்தையும் உருவாக்கும் இந்த நிகழ்வுகளுக்குக் காரணங்கள் என்ன? சூரியனைச் சுற்றிவர 224.7 நாட்கள் எடுக்கும் வெள்ளிக் கிரகத்திற்கு, தன்னைத் தானே, மெதுவாய்ச் சுற்றும் ஒருநாள் பொழுது 243 நாட்களாய் நீண்டதன் காரணம் என்ன?

வெள்ளிக்கிரகம் பற்றிய சமீபத்திய கண்டுபிடிப்பு, அங்கு இன்று வீசும் காற்றின் வேகம் நமக்குப் புயலாய்த் தோன்றும். 2007இல் மணிக்கு 300 கி.மீ வேகத்தில் வீசிய காற்று இன்று மணிக்கு 400 கி.மீ அளவுக்கு அதிகரித்துள்ளதாம். இந்தப் புயல் வேகக்காற்றால் மாற்றங்கள் நிகழ்ந்ததா? இது மாதிரியான காரண காரியங்களைத் தாண்டி, எச்சரிக்கைப் பாடங்களை, வெள்ளிக்கிரகம் பற்றிய இந்த உண்மைகள் நமக்கு உணர்த்தவில்லையா?

நமக்குப் பொக்கிசமாய்க் கிடைத்திருக்கும் இந்தப் பூமியை நாம் போகிற போக்கில் அதன் இரட்டைச் சகோதரியான வெள்ளி மாதிரி ஆக்கி விடுவோமா என்ற பயம் தோன்றவில்லையா? வெள்ளிப் பயணம் உல்லாசப் பயணமல்ல, மாறாக நமது இந்த பூவுலக வாழ்க்கைக்கான ஒரு பாடம்.

01.03.2022

ஏர்முனைத் தொழில்நுட்பங்கள்

வாழைக்கழிவிலிருந்து வளர்செல்வம்

- மயில்சாமி அண்ணாதுரை

தமிழர்கள் சுவையின் உச்சங்களாய்க் கொண்டாடும் மா, பலா, வாழை என்ற முக்கனிகளில் மூன்றாவது வாழைப்பழம். அதைத் தரும் வாழை மரத்தின் வேரிலிருந்து, காய் மற்றும் பூ வரை ஒவ்வொரு பகுதியும் உபயோகமானது. அதைப் போல் முற்றிலும் உபயோகமாக மனித வாழ்வு, "வாழையடி வாழையாக" இருக்க வேண்டும் என்ற கூற்றும் உண்டு. வீட்டின் புறக்கடையில் வளரும் வாழையை நமது குடும்பங்களில் மிகப் பல வகைகளில் முழுமையாக உபயோகிக்கிறோம்.

விளைநில வாழை

உலகிலேயே அதிகப் பரப்பில் வாழையை இந்தியர்களாகிய நாம் பயிரிடுகிறோம். கிட்டத்தட்ட ஏழு இலட்சம் ஹெக்டேர்களில் பயிரிடப்படும் வாழையில் 90 சதவீத்திற்கும் மேலாக, வாழைப்பழத்திற்கும், வாழை இலைக்கும் மட்டுமே உபயோகமாகிறது. வாழைக்குலையின்

அறுவடைக்குப் பின் நிலத்தில் நிற்கும் வாழைமரம் மிக அதிகமான வேளாண் கழிவாக வீணாக்கப்படுகிறது என்பதே உண்மை. இந்தக் கழிவை விளைநிலத்திலிருந்து அகற்ற விவசாயிகள் அதிகப் பணமும், உழைப்பும், நேரமும் செலவு செய்ய வேண்டியுள்ளது.

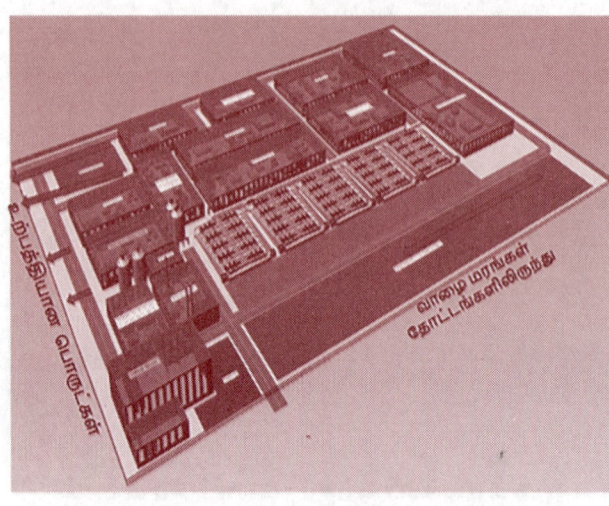

வாழை மரங்கள் தோட்டங்களிலிருந்து
ஒரு தானியங்கி இயந்திரத்தின் உற்பத்தித் திறன்: ஒரு நாளில் 7000 வாழை மரத்திலிருந்து
- 3 டன் நூல்
- 23 டன் தண்டு
- 90 டன் சக்கை
- 1,75இலட்சம் லிட்டர் வாழை நீர்
← இந்த தொழிற்சாலை 50 தானியங்கி இயந்திரங்களைக் கொண்டுள்ளது

வாழைக்கழிவு மேலாண்மைத் தொழில்கூடம்

வீடுகளின் முற்றத்தில் வளரும் பொழுது மிகவும் உபயோகமாகும் வாழைமரம், விளைநிலத்தில் மிகவும் அதிகமான கழிவை உற்பத்தி செய்கிறது என்பதில் ஏதோ நெருடுகிறதல்லவா? அப்படிப்பட்ட நெருடல்கள் தான் புதிய அறிவியல் தொழில்நுட்பக் கண்டுபிடிப்புகளுக்கு விதை போடுகிறது. அந்த விதையில் விழித்து விருட்சமாக வளர உருவெடுத்துவரும் திட்டம் தான் இந்தக் கட்டுரையின் கதாநாயகன், "வாழைக்கழிவிலிருந்து வளர்செல்வம்".

உலகமே கரோனாவில் ஊரடங்கி இருந்தபோது கருவாகி இன்று ஒரு பெரிய திட்டமாக உருவாகியுள்ளது இந்த யோசனை. தானியங்கி முறையில் இயங்கும் வண்ணம் உருவமைக்கப்பட்டிருக்கும் இந்தத் திட்டத்தில், வாழைமரங்கள் அதிகம் பயிரடப்படும் இடங்களை அடையாளம் கண்டு அவற்றின் மத்தியில் ஒரு பெரிய தொழிற்சாலை அமைக்கப்படும். அங்கிருந்து 50 கிமீ சுற்றளவில் அறுவடைக்குப் பின் விளைநிலங்களில் நிற்கும் மரங்கள் முறையாக வெட்டப்பட்டு இந்த தொழிற்சாலைகளுக்குக் கொண்டுவரப்படும்.

வாழை மரங்களிலிருந்து முதற்கட்டமாக நான்கு பொருட்கள் தானியங்கி முறையில் பிரித்தெடுக்கப்படும். அவை,

1. வாழைப்பட்டையிலிருந்து துணிநெய்யும் தரத்தில் வாழை நூல்
2. மண்ணுக்கு வளமான பசுமை உரத்தையும் பயிர்களுக்கு ஊட்டச்சத்தயும் உருவாக்க உதவும் வகையில் வாழைச்சாறு.
3. மருத்துவக் குணம் கொண்ட வாழைத் தண்டு
4. இந்த மூன்றையும் வாழைமரத்திலிருந்து பிரித்தெடுக்கும் போது கிடைக்கும் வாழைச் சக்கை.

இப்படிப் பிரித்தெடுக்கப்பட்ட இந்த நான்கு பொருட்களும் அடுத்த கட்டத்தில் முறையாக மதிப்புக்கூட்டப்பட்டு வெளிச்சந்தைக்கு அனுப்பப் படும். சுருக்கமாக இப்படிச் சொல்லப்பட்ட இந்தத் திட்டத்தின் விரிவையும், முக்கியத்துவத்தையும் தெரிந்து கொள்ள சில புள்ளிவிவரங்கள் உதவலாம்.

உலகிலேயே மிக அதிகமான பரப்பில், சற்றேறக்குறைய ஏழு இலட்சம் ஹெக்டேர்களில் இந்தியாவில் வாழை பயிரிடப்படுகிறது. இந்திய மாநிலங்களில் தமிழ்நாடு, மகாராஷ்டிரா, ஆந்திரா, தெலுங்கானா, கர்நாடகாவில் வாழை அதிகம் பயிரிடப்படுகிறது. . மலைப் பகுதிகளில் பெரிய வாழை மரங்கள் தானே வளர்கின்றன.

மதிப்புக்கூட்டல்

ஒரு ஹெக்டேரில் பயிராகும் வாழை மரங்களிலிருந்து ஒரு டன் அளவிற்கு வாழை நூலும், 25,000 லிட்டர் வாழைச் சாறும் எடுக்க முடியும். இந்த அளவைகளை மொத்த வாழை விளையும் பரப்பில் ஐம்பது விழுக்காடு என்ற அளவிற்குச் செயல்படுத்தினால் கூட ஆண்டிற்கு மூன்று இலட்சம் மெட்ரிக் டன் வாழை நூலும், எழுபத்தைந்து இலட்சம் மெட்ரிக் டன் வாழைச்சாறும் உற்பத்தி செய்யமுடியும். வாழை நூல் ஒரு டன் ஒரு இலட்சம் ரூபாய், வாழைச் சாறு ஒரு டன் 2.5 இலட்சம் ரூபாய் என்ற குறைந்த மதிப்பீட்டில் கூட பல ஆயிரம் கோடி ரூபாய்களை உருவாக்க முடியும். அடுத்து உள்ள வாழைத்தண்டு மருத்துவ குணமுள்ள குடிபானமாகவும், பிஸ்கட், கேக் போன்ற தின்பண்டங்களில் நார்ச்சத்தாகவும் கலக்க வகை செய்யப்படும். வாழைச் சக்கையிலிருந்து எரிவாயு, பசுமை எத்தனால் உட்பட்ட மற்ற மதிப்பூட்டல்கள் செய்யப்படும்.

மகாராஷ்டிராவில் முதல் தொழிற்சாலை

இந்தத் திட்டத்தின் முதல் கட்டம் மகாராஷ்டிரா மாநிலத்தில், பொசாவல் மாவட்டத்தில் செயல்படுத்தப்பட்டுள்ளது. முதல் கட்டச் செயல்முறை அனுபவங்களை எடுத்துக் கொண்டு விரைவில் தமிழகம் உட்பட மற்ற மாநிலங்களிலும், வெளிநாடுகளிலும் இந்தத் திட்டம் விரிவுபடுத்தப்பட வாய்ப்புகள் உள்ளன.

திட்டத்தின் பலன்-முதல் சமிக்ஞைகள்

முதல்கட்டமாக, இந்தத் தொழிற்சாலையில் உற்பத்தியான பசுமை ஊட்டச் சத்து உரத்தை மகாராஷ்டிரா, தமிழ்நாடு, கர்நாடகா விவசாயிகள் பலரிடம் கொடுத்து நடத்திய ஆய்வில், மிகச்சிறந்த செய்தியாக 10% முதல் 25% வரை மகசூல் அதிகரித்துள்ளது என்பது தெரிய வந்துள்ளது. சில நிலங்களில் 40% மகசூல் கூடியுள்ளதாம். பூச்சிக் கொல்லியின் தேவையும் குறையும் அறிகுறிகள் வந்துள்ளன. இந்தச் செய்திகள் கொடுத்துள்ள ஊக்கம் இந்தக் கட்டுரையின் கதாநாயகன் விவசாயிகளையும், விவசாய நிலங்களையும் செல்வம் கொழிக்கும் நிலைக்கு இட்டுச் செல்ல விரைவில் வழி பிறக்கலாம்.

ஆகஸ்ட் 2022

வேளாண்துறையில் விண்வெளித் தொழில்நுட்பம்

- மயில்சாமி அண்ணாதுரை

இந்த பூமிப்பந்தின் பரிணாம வளர்ச்சியில், விலங்கு களினிடையே தானுமொரு விலங்காய் மண் பார்த்து வாழ்ந்த மனிதக் கூட்டம் தனக்கென ஒரு பாதை வகுத்து வளர்ந்ததில் மண் பார்த்து நடந்து அடைந்த புரிதல்களும், விண் பார்த்து வியந்த தேடல்களும் முக்கியமான காரணங்களாயின என்பது மானுட வாழ்வின் வரலாறு.

விவசாயி ஒரு விஞ்ஞானி

உலகின் முதல் விஞ்ஞானி விவசாயி தான். வேளாண் நிலம் அவனுடைய விஞ்ஞானக்கூடம். மண்ணில் பயிர்செய்து, இன்று வரை பலப் பல தலைமுறைகளாக நாம் உயிர் வாழவும் உடல் வளர்க்கவும் தேவையான உணவைக் கொடுத்துவரும் மகோன்னதத் தொழில் வேளாண்மை.

விவசாயிகளின் பல ஆயிரம் ஆண்டுகளின் வியர்வை சிந்திய உடல் உழைப்பும், அறிவுசார் புரிதல்களும் விவசாயத்தில் அவ்வப்போது புதுஇரத்தம் பாய்ச்சின. அந்த நீண்ட நெடிய வரலாற்றைச் சுருங்கச் சொன்னால், மண்ணின் ஈரத்தன்மை, மண்ணின் தரம், மண்ணக்கேற்ற பயிர்களின் விதை, பயிர்களை வளர்க்கும் முறை, பயிர்களின் ஆரோக்கியம் பற்றிய புரிதல்கள், நீர், உரம் மற்றும் பூச்சிக் கொல்லிகளின் தேவை, மழை, காற்று, புயல் போன்ற இயற்கை நிகழ்வுகளைப் பற்றிய முன்கூட்டிய செய்தி, அறுவடைக்குப் பின் சந்தை நிலவரம், அடுத்த பருவத்திற்கு நிலத்தைத் தயாா்படுத்துவது என்று பலப் பல அங்கங்களை முறையாய்ச் செய்யும் முனைப்புகள் விவசாயத்தை வேளாண்மை என்ற கட்டத்திற்கு இன்று எடுத்து வந்து, விவசாய விளைபொருள் உற்பத்தியில் இந்தியாவை உலக அளவில் இரண்டாவது இடத்தில் வைத்துள்ளது.

சவால்கள்

பெருகி வரும் மக்கள் தொகை, அறுகி வரும் நீராதாரம், சுருங்கி வரும் வேளாண் நிலம், மாறி வரும் பருவநிலை, குறைந்து வரும் வேளாண் உழைப்பாளிகள், என்ற பல்முனைத் தாக்குதல்களால் எதிர்காலத்தில் வேளாண்மை எப்படியிருக்கும் என்ற கேள்விக்குறியும் மெதுவாகத் தலை தூக்கியுள்ளது. அது விசுபரூபம் எடுக்கும் முன் நாம் விழித்துக் கொள்வது மிக மிக அவசியம் என்பதை தற்போதைய கரோனா மற்றும் பல சர்வதேச நிகழ்வுகள் நமக்குப் பறைசாற்றுகின்றன.

ஒருங்கிணைந்த நவீன கூட்டு விவசாயமுறைகள்

விண்வெளியும் வேளாண்மையும்

மண்ணிலிருந்து விண் பார்த்து வளர்ந்த பரிணாம வளர்ச்சியின் வரலாற்றுப் பாதையில் ஒரு முக்கியமான மைல்கல் 4 அக்டோபர், 1957. தனது மூதாதையர்கள் பார்த்து வியந்து, பயந்து, வணங்கி, வாழ்ந்த விண் கோள்களைப் போல் தானும் ஒரு செயற்கைக் கோளை உருவாக்கி விண்ணில் வலம் வரச் செய்ய முடியும் என்று நிரூபித்த நாள்தான் அது. அந்நாளைய ருசியாவின் அந்தச் சாதனைக்கான உந்துதல், அதன் பின் அமெரிக்காவும் ருசியாவும் தங்களுக்குள் உருவாக்கிக் கொண்ட ஒரு பனிப்போருக்கான சூழ்நிலையில் தங்கள் நாட்டினரை விண்வெளிக்கும், நிலவுக்கும் பத்திரமாக அனுப்புவதில் எடுத்துக் கொண்ட அயராத முயற்சிகள் யாவும் மனித வரலாற்றில் பதிக்கப்பட வேண்டியவை.

இந்தச் சூழலில், இந்திய விண்வெளி ஆராய்ச்சிப் பயணங்கள் மனிதகுல நலனுக்காக முன்னெடுக்கப்பட்டன. கடந்த அறுபது ஆண்டுகால விண்வெளி ஆராய்ச்சியின் பயனாய் இந்தியா அந்தத் துறையில் உலக அளவில் முதல் ஐந்து நாடுகளில் ஒன்றாய் இன்று திகழ்கிறது. இந்தியாவின் இன்றைய முன்னேற்றத்திற்கு அறிவியல் தொழில்நுட்பம் முக்கியக் காரணம். அறிவியல் தொழில் நுட்பத்தில் இந்தியாவின் முன்னேற்றத்திற்கு ஒருவகையில் இந்தியாவின் விண்வெளி முயற்சிகள் காரணமாகவும் உந்துதலாகவும் இருக்கின்றன.

விண்ணில் பயணிக்கும் செயற்கைக் கோள்களைக் கொண்டு வேளாண்துறைக்குத் தேவையான மண்ணின் தன்மை, மண்ணின் மற்றும் காற்றின் ஈரப்பதம், வெப்பநிலை, பயிர்களின் ஆரோக்கியம், நீர், உரம் மற்றும் பூச்சிக் கொல்லிகளின் தேவை, மழை, காற்று, புயல் போன்ற இயற்கை நிகழ்வுகளைப் பற்றிய முன்கூட்டிய செய்தி, அறுவடைக்குப் பின் சந்தை நிலவரம், அடுத்த பருவத்திற்கு நிலத்தைத் தயார்படுத்துவது போன்று அனைத்துத் தரவுகளையும் பெறச் செயற்கைக் கோள்கள் உதவுகின்றன. ஆனால் அத்தகு தரவுகளைத் தாண்டி, வேறு எந்தப் பணியையும் செயற்கைக் கோள்களால் வயல்களில் இறங்கிச் செய்ய இயலாது. ஆனால், செயற்கைக் கோள்களின் அடுத்த பரிணாமமாய் தற்போது உருவாகி வரும் “ட்ரோன்” எனப்படும் ஆளில்லா வானூர்திகள் செயற்கைக் கோள்களை மண்ணுக்கு அருகில் கொண்டு வரும் மாயத்தைச் செய்ய ஆரம்பித்துள்ளன. அதனால் மேற்சொன்ன செயற்கைக்கோள்கள் வழியே பெறப்படும் தரவுகளின் துல்லியத்தை அதிகப்படுத்தவும், பல வேளாண் பணிகளைத் தானியங்கி முறையில் செய்யவும் இயலும்.

அதுவும் முக்கியமாக, இந்தியாவின் இன்றைய விண்வெளி அறிவியல் தொழில்நுட்பமும், ஆளில்லா வானூர்தி தொழிநுட்பமும் அறிவியல் முறையில் நல்ல உயரத்தில் இருக்கும் இந்திய வேளாண்துறையும் துறைசார்ந்த அறிவியலாளர்களும் முறையாக இணையும் பொழுது நமது மண்ணுக்கே உரிய விவசாயமும், விவசாயியும், விவசாயம் சார்ந்த மனிதர்களும், தொழில்களும் நல்ல பலன்களைப் பெறுவதற்கான வாய்ப்புகளை உருவாக்க முடியும். அதனுடன் இளைய தலைமுறையினரை மருத்துவம், கணினி, விண்வெளி போன்ற துறைகளுக்கு ஈர்ப்பது போலவே வேளாண்துறைக்கும் ஈர்க்க முடியும்.

நமது மண்ணுக்குத் தேவையான மேற்கண்ட நவீன அறிவியல் தொழில்நுட்பத்தைக் கொண்டு, தரிசு நிலங்களை வேளாண் நிலங்களாக மாற்றி, விளை நிலங்களின் பரப்பைக் கூட்டி, நிலம் உழுது, விதை விதைப்பதிலிருந்து, சொட்டு நீர்ப் பாசனம், நீர் மேலாண்மை, பூச்சிக் கொல்லி மற்றும் இயற்கை உரம் தெளிப்பான் என்று, விளை பொருளை அறுவடை செய்து சந்தைப் பொருளாக்கும் வரை முழுதாக விவசாயத்தில் புதுஇரத்தம் பாய்ச்சத் தேவையான முறைகளையும், இயந்திரங்களையும் உருவாக்கும் அறிவியல் தொழில்நுட்ப வல்லுனர்களாகவும், தொழில்முனைபவர்களாகவும், வேளாண் இயந்திரங்களை உபயோகிக்கும் இளம் வேளாண் விவசாயிகளாகவும் நமது இளைஞர்கள் உருவாகி நமது வாழ்க்கைத் தரத்தைச் சமுதாயத்தில் உயர்த்திக் காட்டும் நிலையை உருவாக்கும் பொழுது, நகரம் நோக்கி நகரவோ வேறு நாடு நோக்கிச் செல்லவோ கிராமத்து இளைஞர்களுக்கு அவசியம் இருக்காது.

இந்தத் திசையில் அரசு பல பணிகளைச் செய்துள்ளது. சமீபத்தில் ஆரம்பிக்கப்பட்ட தமிழக ஆளில்லா வானூர்திக் கழகம் (Tamilnadu Drone Corporation) அதில் ஒன்று. வயலில் இறங்கிப் பூச்சிக்கொல்லி தெளிக்கும் பணிக்கு இப்போது ஆட்கள் அதிகம் இல்லை. ஆனால் அதே பணியைச் சிக்கனமாகவும் சிறப்பாகவும், வயலுக்கு மேல் பறந்த படி, ஆளில்லா விமானங்கள் செய்வதற்கு இப்போது வாய்ப்பு உருவாகி உள்ளது. இந்த ஒரு செயலில் மட்டும் பல ஆயிரம் இளைஞர்களுக்குச் சிறப்பான பணிகளுக்கு வாய்ப்பு உள்ளது. இந்த ஆளில்லா விமானங்களை உருவாக்க உதிரிபாகங்களிலிருந்து, இஞ்சின், மின்கலன், ப்ராசஸ்சர், தெளிப்பான்கள் எனப் பலவற்றையும் உற்பத்தி செய்ய வேண்டும். அவற்றை இணைத்துப் பல ஆயிரம் ஆளில்லா விமானங்களைத் தயாரிக்க வேண்டும். அதை முறையாக இயக்க பயிற்சி பெற்ற பல ஆயிரம் ட்ரோன் விமான ஓட்டிகள் தேவைப்படுவார்கள். விமானங்கள் பழுதுபட்டால் சரி செய்ய உபரி

பாகங்களும் பயிற்சி பெற்ற தொழில்நுட்பப் பணியாளர்களும் தேவை. இவற்றிற்கு அரசு உதவி செய்தாலும் சிறு குறு முதலாளிகளாக நமது இளைஞர்கள் ஆங்காங்கே உயிர்ப் பெறலாம். உதாரணத்திற்கு, வேலைவாய்ப்பும், வருமானமும் கொடுக்கும்படியாக, ஒவ்வொரு தாலுக்காவிற்கும் ஒன்றிரண்டு சிறு குறு தொழிற்கூடங்களைத் தேவைக்கேற்ப உருவாக்கலாம்.

இதுமாதிரி, வேளாண் நிலத்தில் ஏர் உழுது அறுவடை செய்து சந்தைக்குச் சேர்க்கும் வரையான ஏராளமான நவீன வேளாண் வாய்ப்புகள் நம் முன்னே உள்ளன.

தேவை மண் மருத்தவமனைகள்

மனிதர்களுக்கும், கால்நடைகளுக்கும் உடல் நலன் காக்க மருத்துவர்களும், மருத்துவமனைகளும் இருப்பது போல் வேளாண் துறைக்கும் மண், பயிர் மற்றும் விவசாயத்தின் அனைத்து அங்கங்களின் ஒருங்கிணைந்த நலன் மற்றும் வளர்ச்சிக்கான புத்தாக்க மருத்துவ கட்டமைப்பை உருவாக்கலாம்.

2009ஆம் ஆண்டுக்கு முன், அதாவது இந்தியாவின் நிலவுப் பயணமான சந்திரயானின் வெற்றிக்கு முன், இந்திய விண்வெளி ஆராய்ச்சிக் கழகத்தில் பணியில் சேரப் பலரும் தயங்கினார்கள். இன்று நிலைமை முற்றிலும் மாறிவிட்டது. இந்திய விண்வெளி ஆராய்ச்சிக் கழகப் பணியில் சேர ஏராளமான போட்டி நிலவுகிறது. இந்திய விண்வெளித்துறையில் நடந்த அந்த மாற்றம் போல் இந்திய வேளாண் துறையிலும் கொண்டு வர வேண்டும் என்பது நமது இலக்காக இருக்கட்டும்.

03.06.2022

அறிவியல் ஆளுமைகள்

கலாம்: இந்தியாவின் அக்னி மூளை

- வி.டில்லிபாபு

முதுகில் ரேடார் கருவியைச் சுமந்த ராணுவ ஆராய்ச்சி விமானம் ஒன்று 1999, ஜனவரி மாதத்தில் சென்னையை அடுத்த அரக்கோணம் பகுதிக்கு மேலாகப் பறந்து கொண்டிருந்தது. விமானத்தில் பொருத்தப்பட்டிருந்த ரேடார் கருவியில், பல விதமான சோதனைகளை விமானத்தில் இருந்தபடி பெங்களூரு ஆய்வகங்களைச் சேர்ந்த பாதுகாப்பு ஆராய்ச்சி மற்றும் மேம்பாட்டு நிறுவன (டிஆர்டிஓ) விஞ்ஞானிகள் நால்வர் செய்து கொண்டிருந்தனர். திடீரென விமானம் கட்டுப்பாட்டை இழந்து, தரையில் விழுந்து விபத்துக்குள்ளாகிறது. விஞ்ஞானிகள் உள்ளிட்ட 8 பேரும் பலியானார்கள்.

அப்போதைய டிஆர்டிஓவின் தலைவர், விஞ்ஞானி ஏபிஜே அப்துல் கலாம், புதுடெல்லியிலிருந்து பெங்களூரு நோக்கி விரைகிறார். கண்ணீரோடு கதறிய விஞ்ஞானிகளின் குடும்பத்தினருக்கும், கவலையோடு குழுமியிருந்த சக விஞ்ஞானிகளுக்கும் அவர் கூறிய வார்த்தைகள் இவை. 'நாட்டின் அறிவியல் குறிக்கோளை

நிறைவேற்றும் பணியில் இந்த இளம் விஞ்ஞானிகள் தங்கள் உயிரை அர்ப்பணம் செய்திருக்கிறார்கள். அவர்கள் விட்டுச் சென்ற மீதிப் பணியையும் முடித்து, அவர்களுடைய உழைப்பின் கனியைக் காத்திருக்கும் தேசத்தின் கரங்களில் கொடுப்பதே நாம் அவர்களுக்குச் செய்யும் மரியாதையாக இருக்கும்.'

இந்த ஆராய்ச்சியின் நீட்சியாக உருவாக்கப்பட்ட ரேடார் தாங்கி விமானம் தற்போது தேசப் பாதுகாப்பில் முக்கியப் பங்களிக்கிறது. பாலாகோட்டில் நடந்த தாக்குதலிலும் இது பங்காற்றியது. அது தான் கலாம்.

மரபுகளை மீறிய மனிதர்

ஆராய்ச்சிப் பணிகளில் ஈடுபட்டிருக்கிற விஞ்ஞானிகள் முதுநிலை பட்டப்படிப்பை முடித்து, முனைவர் பட்டமும் பெறுவது வழக்கம். விஞ்ஞானிகளைப் பற்றிய இப்படிப்பட்ட எதிர்பார்ப்பு பொதுவெளியிலும் உண்டு. இந்த எழுதப்படாத எதிர்பார்ப்புகளை எல்லாம் மீறி, வெறும் இளநிலை பொறியியல் பட்டத்துடன் டிஆர்டிஓ நிறுவனத்தின் உச்சபட்ச விஞ்ஞானி நிலையை அடைந்த, மரபை மீறிய சாதனையாளர் கலாம்.

விஞ்ஞானிகள் எழுதிய ஆய்வுக் கட்டுரைகளின் எண்ணிக்கையை வைத்தும், அந்தக் கட்டுரைகள் எத்தனை பேரால் எடுத்தாளப்பட்டிருக்கின்றன என்ற எண்ணிக்கையை வைத்தும் விஞ்ஞானிகளின் ஆராய்ச்சியை மதிப்பிடுவார்கள். பயன்பாட்டு ஆராய்ச்சித் (Applied Research) தளத்தில் இயங்கிய கலாம், இந்த நடைமுறைகளைத் தாண்டி ஆய்வுக்கட்டுரைகளின் தளத்திலேயே தேங்கிவிடாமல், தனது அறிவியல் படைப்புகளை ஏவுகணைகளாக, ஆயுதங்களாக மாற்றும் அயராத பணியில் இரவு பகலாக உழன்று வெற்றியும் பெற்றார். அக்னி, பிருத்வி, ஆகாஷ், பிரமோஸ் என அவரது அறிவியல் படைப்புகள் காகிதங்களாக நின்றுவிடாமல், எல்லை காக்கும் ஆயுதங்களாக நின்று கொண்டிருக்கின்றன.

புகழ்பெற்ற இந்திய விஞ்ஞானிகள் தங்களுடைய வாழ்க்கை வரலாற்றைப் பணி ஓய்வுக்குப் பிறகு எழுதுவதே வழக்கம். ஆனால், பணியில் இருக்கும்போதே 'அக்னிச் சிறகு'களை எழுதிய துணிச்சல்காரர் கலாம். அந்த 'அக்னிச் சிறகு'களைப் பயன்படுத்திப் பறக்கக் கற்றுக்கொண்ட இலட்சக்கணக்கான இளைஞர்களில் நானும் ஒருவன்.

மனிதர்கள் முக்கியம்

கலாமுடன் நெருங்கிப் பணியாற்றிய பிருத்வி ஏவுகணை நாயகர் ஜெனரல் சுந்தரம் ஒருமுறை என்னிடம் இப்படிக் கூறினார். 'தனது குழுவிலுள்ள விஞ்ஞானிகளின் மாற்றுக் கருத்துகளை ஏற்றுக்கொள்ளக்கூடிய மேலதிகாரி கலாம்'. பாதுகாப்பு ஆராய்ச்சியில் கருத்துச் சுதந்திரத்தை முன்னெடுத்தவர் கலாம். சிறந்த தலைவர்கள் தங்கள் வாழ்நாளிலேயே அடுத்த தலைமுறைத் தலைவர்களை அடையாளம் கண்டு, அவர்களைச் செழுமைப்படுத்துவார்கள். அந்த வகையில் சிவதாணுப் பிள்ளை, விகே சரஸ்வத், அவினாஷ் சந்தர், சதீஷ் ரெட்டி, டெஸ்ஸி தாமஸ் என அவர் அடையாளம் கண்ட தொழில்நுட்பத் தளபதிகளின் பட்டியல் நீள்கிறது. 'பயனற்றவர் என்று ஒருவரும் இல்லை. ஒவ்வொருவரையும் ஏற்ற வகையில் நாம் பயன்படுத்த வேண்டும். இதுதான் கலாமிடம் நான் கற்றுக்கொண்ட முக்கிய பாடம்' என்று ஒரு சந்திப்பில் என்னோடு பகிர்ந்துகொண்டார் பிரமோஸ் விஞ்ஞானி சிவதாணுப் பிள்ளை.

அடுத்து என்ன?

ஒரு இலக்கை அடைந்துவிட்டால், அந்த வெற்றியின் வெளிச்சத்திலேயே நின்று கொண்டிருக்காமல், அடுத்த இலக்கை நோக்கித் தனது குழுவினரை உடனடியாக நகர்த்தும் குணம் கலாமிடம் இருந்தது. 2008ல் சந்திரயான்-1 திட்டத்தின் மோதல் ஆய்வுக் கருவி (Moon Impact Probe) நிலவில் இறங்கிய நாளில் உலகமே அதன் வெற்றியை ருசித்துக்கொண்டிருந்தது. கட்டுப்பாட்டு அறையில், வெற்றியைப் பற்றிப் பேசப்போகிறார் என்ற எதிர்பார்ப்புடன் எதிரில் நின்றிருந்த திட்ட இயக்குநர் விஞ்ஞானி மயில்சாமி அண்ணாதுரை யிடம் கலாம் கேட்கிறார், 'அடுத்து என்ன?' அந்தக் கேள்வியில் தொடங்குகிறது சந்திரயான்-2 திட்டத்தின் பயணம்.

அக்னிப் பரீட்சை

இன்று இந்தியாவின் பெருமையாகப் பொதுவெளியில் அறியப்படுகிற அக்னி ஏவுகணைத் திட்டத்தின் தொடக்க காலம் அக்னிப் பரீட்சையாக இருந்தது. 1989இல் நடந்த அக்னி ஏவுகணையின் முதல் இரண்டு சோதனைகள் தொழில்நுட்பக் கோளாறு காரணமாகக் கடைசி நேரத்தில் கைவிடப்பட்டன. ஒட்டுமொத்த தேசமும் உற்றுப் பார்த்துக்கொண்டிருந்த சோதனைகள் திட்டமிட்டபடி நடைபெறாததில் டிஆர்டிஓ நிறுவனத்தின் அப்போதைய தலைவர் வி.எஸ்.அருணாச்சலம் மற்றும் ஏவுகணைகள் திட்டங்களுக்குத் தலைமை ஏற்று இருந்த கலாம் ஆகியோர் மீது அழுத்தம் அதிகரித்தது. அக்னியின் காலதாமதம் தேசத்தின்

பேசுபொருளானது. தோல்விக்குப் பொறுப்பேற்றுத் தனது பதவியை ராஜிநாமா செய்ய முன்வந்தார் வி.எஸ்.அருணாச்சலம். தானே காரணம் எனக் கூறி, தனது பதவியை ராஜிநாமா செய்ய முன்வந்தார் கலாம். மேலும், வேலையை இழந்தாலும் ஒரு பிரம்மச்சாரியால் எளிதில் வாழ்க்கையைச் சமாளிக்க முடியும் என்று நகைச்சுவையாகவும் காரணம் சொன்னார் கலாம். ராஜிநாமா தேவை இல்லை, ஏவுகணை வெற்றி மட்டும் தான் தேவை என்று தீர்க்கமாகச் சொல்லித் திருப்பி அனுப்பினார் பாதுகாப்பு அமைச்சர் கே.சி.பந்த்.

ஹைதராபாத் நகரின் இரண்டு ஏவுகணை ஆய்வுக்கூடங்களின் விஞ்ஞானிகள் முதல் கடைநிலை ஊழியர்கள் வரை ஏறக்குறைய இரண்டாயிரம் பேரை ஓரிடத்தில் கூட்டினார் கலாம். சோர்ந்து போயிருந்த அவர்களிடம் ‘நம்மால் முடியும்’ என்கிற நம்பிக்கையை விதைத்தார். விளைவு, மே 22, 1989ல் நடந்த அடுத்த அக்னி சோதனை வெற்றியடைந்தது. ‘அக்னி’ சுதந்திர இந்தியாவின் பிரமிப்பான அறிவியல் படைப்பாக சரித்திரத்தில் இடம்பெற்றது. கலாம் இந்திய இதயங்களில் நிரந்தர இடம்பெற்றார்.

ஜூலை 27, அப்துல் கலாம் நினைவு நாள்

27.07.2021

விக்ரம் சாராபாய்: தமிழகத் தொடர்புகள்

- வி.டில்லிபாபு

'இந்திய விண்வெளியின் தந்தை' என்று அறியப்படுகிற விக்ரம் சாராபாய், இஸ்ரோ நிறுவனம் தொடங்கப்படுவதற்கு முன்பே தமிழகத்தில் ஆராய்ச்சியை மேற்கொண்டவர். அவர், திண்டுக்கல் தொகுதியின் முன்னாள் நாடாளுமன்ற உறுப்பினரின் மருமகன். இப்படிப் பல தொழில்முறை மற்றும் குடும்பத் தொடர்புகளைத் தமிழகத்துடன் கொண்டவர் விக்ரம் சாராபாய்.

கைக்கெட்டாத மரக்காணம்?

இந்திய விண்வெளி ஆராய்ச்சியின் முகமாக இன்று அறியப்படுகிறது ஸ்ரீஹரிகோட்டாவிலுள்ள சதீஷ் தவன் விண்வெளி மையம். அது தமிழகத்தில் அமைந்திருக்கக்கூடிய சூழல் தொடக்க காலத்தில் இருந்ததாக மூத்த விண்வெளி விஞ்ஞானி ஆர்.எம்.வாசகம் என்னுடன் பகிர்ந்து கொண்டார். செயற்கைக்கோள் ஏவுதளத்தை

அமைக்க ஏதுவான பகுதியான இந்தியாவின் கிழக்குக் கடற்கரையில், தோதான இடத்தைத் தெரிவு செய்யும் முயற்சியில் இருந்தார் விக்ரம் சாராபாய்.

தமிழகத்தின் மரக்காணம் ஏரியை ஒட்டிய உப்பு நிலப்பகுதிதான் விஞ்ஞானிகளின் முதல் தேர்வாக இருந்தது. ஆய்வுக்கூடங்கள், விஞ்ஞானிகளின் குடியிருப்புகள் ஆகியவற்றை அமைக்க அருகில் சகல வசதிகளோடு பாண்டிச்சேரி இருந்ததும் ஒரு முக்கிய காரணம். போதுமான பரப்பளவில் இடம் அமையாதது உள்ளிட்ட காரணங்களால் அத்தகைய வாய்ப்பு அப்போது தமிழகத்துக்குக் கிடைக்கவில்லை.

தமிழகத்தில் இடத்தைத் தேர்வு செய்வது தொடர்பாக விக்ரம் சாராபாய், தமிழக முதல்வரைச் சந்தித்துப் பேச ஒரு கூட்டம் ஏற்பாடு செய்யப்பட்டிருந்தது. முதல்வர், பேரறிஞர் அண்ணா உடல்நிலை சரியில்லாததால் கூட்டத்தில் பங்கேற்கவில்லை என்பதையும் தமிழக அமைச்சர் மதியழகன் கூட்டத்தில் பங்கேற்றார் என்பதையும் தனது சுயசரிதையில் பதிவு செய்துள்ளார் மூத்த விண்வெளி விஞ்ஞானி நம்பி நாராயணன்.

சாராபாய் தோற்றுவித்த இஸ்ரோ நிறுவனத்தின் ஒரு அங்கமான இஸ்ரோ உந்துசக்தி வளாகம், திருநெல்வேலி மாவட்டத்தின் மகேந்திரகிரியில் இயங்கிவருகிறது. விண்வெளி ஆய்வைத் தாண்டி சாராபாய் பல ஆராய்ச்சி முயற்சிகளைத் தமிழகத்தில் முன்னெடுத்துள்ளார்.

கல்பாக்கம் அணு ஆராய்ச்சி

அணு விஞ்ஞானி ஹோமிபாபாவின் அகால மறைவுக்குப் பிறகு விக்ரம் சாராபாய், இந்திய அணுசக்தி ஆணையத்தின் தலைவரானார். அவருடைய தலைமையில் தமிழகத்தில் அணு ஆராய்ச்சி துளிர்விட்டது. வேக ஈனுலை (Fast Breeder Reactor) தொடர்பான ஆராய்ச்சிகள் மும்பையிலுள்ள பாபா அணு ஆராய்ச்சி மையத்தில் சிறிய அளவில் தொடங்கின. அந்தச் சூழலில், வேக ஈனுலை ஆய்வை முதன்மைப்படுத்தி 1971ல் 'அணு உலை ஆராய்ச்சி மையம்' கல்பாக்கத்தில் தொடங்கப்பட்டது. இதை தொடங்கி வைத்தவர் சாராபாய். இந்த நிறுவனம் தான் தற்போது இந்திராகாந்தி அணு ஆராய்ச்சி மையமாக வேர்விட்டு வளர்ந்திருக்கிறது.

அணு உலையில் பயன்படுத்தப்படும் ட்யூடெரியம் (Deuterium) செறிந்த நீர், கனநீர் (Heavy water) எனப்படும். இந்த நீரை உருவாக்கும் கனநீர் தொழிற்சாலை தூத்துக்குடியில் சாராபாயின் பதவிக்காலத்தில் தான் தொடங்கப்பட்டது.

கொடைக்கானல் காஸ்மிக் கதிர்கள்

சூரிய குடும்பத்துக்கு வெளியில் உருவாகி பூமியை நோக்கி மழையாகப் பெய்யும் அணுத்துகள்கள், காஸ்மிக் கதிர்கள் (அண்டக்கதிர்கள்) என்று அழைக்கப்படுகின்றன. இந்த காஸ்மிக் கதிர்கள் தொடர்பான ஆராய்ச்சியில் கேம்பிரிட்ஜ் பல்கலையில் முனைவர் பட்டம் பெற்றவர் விக்ரம் சாராபாய். இந்தியா திரும்பிய சாராபாய், அகமதாபாத்தில் இயற்பியல் ஆராய்ச்சிக் கூடத்தை ஏற்படுத்தி காஸ்மிக் கதிர்கள் குறித்த ஆராய்ச்சியைத் தொடர்ந்தார்.

காஷ்மீரின் குல்மார்கில் ஒரு வானியல் பதிவுக்கூடத்தை ஏற்படுத்தி ஆராய்ச்சியை விரிவுபடுத்தினார். இதைத்தொடர்ந்து கொடைக்கானலில் ஒரு பதிவுக்கூடத்தை ஏற்படுத்தினார் சாராபாய். 1951இல் அமைக்கப்பட்ட இந்த பதிவுக்கூடம் மூலம், காஸ்மிக் கதிர்களின் செறிவு, வளிமண்ட ஓசோன், இரவில் வான ஒளிர்வு தொடர்பான ஆராய்ச்சிகளில் ஈடுபட்டார். 1960களின் பிற்பகுதியில் உருப்பெற்ற இஸ்ரோ நிறுவனம் தொடங்கப்படுவதற்கு முன்னரே, சாராபாய் தமிழகத்தில் ஆராய்ச்சியைத் தொடங்கியது குறிப்பிடத்தக்கது.

இரண்டாம் உலகப் போரின் விளைவாக சாராபாய் தனது முனைவர் பட்ட ஆய்வின் ஆரம்பக்கட்டத்தை பெங்களூருவிலுள்ள இந்திய அறிவியல் கழகத்தில் மேற்கொண்டார். அவருடைய ஆய்வு வழிகாட்டி நோபல் பரிசு பெற்ற தமிழக விஞ்ஞானி சி.வி.ராமன். 1971, டிசம்பர் 30ம் தேதி, சாராபாய் தனது மரணத்துக்குச் சில மணி நேரத்துக்கு முன்பு பேசியது அப்துல்கலாமுடன். இதை தனது ‘அக்னி சிறகுகள்’ நூலில் குறிப்பிட்டுள்ளார் கலாம்.

குடும்பமும் தமிழகமும்

சாராபாயின் மனைவி மிரிணாளினி கேரளத்தைப் பூர்வீகமாகக் கொண்டவர். அவர் புகழ்பெற்ற பரதநாட்டிய கலைஞர். சாராபாய் தனது துணைவியாருடன், ‘தர்ப்பனா’ நிகழ்த்துக் கலைகள் பயிற்சி மையத்தை குஜராத்தில் நிறுவி கலைப்பணியையும் செய்தார். மிரிணாளினியின் தந்தை சுப்பராம சுவாமிநாதன், சென்னை உயர் நீதிமன்றத்தில் குற்றவியல் வழக்கறிஞராகப் பணியாற்றியவர்.

தாய் அம்மு சுவாமிநாதன், இந்திய அரசியலமைப்பு நிர்ணய சபையில் உறுப்பினராகவும், சுதந்திரத்துக்குப் பிறகு அமைக்கப்பட்ட முதல் நாடாளுமன்றத்தில் திண்டுக்கல் தொகுதி எம்பியாகவும் இருந்தவர்.

மிரிணாளினியின் மூத்த சகோதரி தான் பிரபல விடுதலைப் போராட்ட வீராங்கனை கேப்டன் லட்சுமி. இவர், சென்னை மருத்துவக் கல்லூரியில் படித்தவர். கேப்டன் லட்சுமி பின்னாளில் சாராபாயின் சீடரான அப்துல்கலாமை எதிர்த்து குடியரசுத் தலைவர் தேர்தலில் போட்டியிட்டவர் என்பது இன்னொரு சுவாரசிய செய்தி.

கனவுகளின் கட்டிடக்காரர்

விக்ரம் சாராபாய் பல நிறுவனங்களைத் தோற்றுவித்தவர். அவை அணுசக்தி, வானியல், விண்வெளி, மின்னணுவியல், வணிக மேலாண்மை, நிகழ்த்துக் கலை என பலதுறைகளைச் சார்ந்தவை. ஒருமனிதர் இத்தனை ஆர்வங்களைக் கொண்டிருந்ததும், ஆர்வங்களில் முகிழ்த்த கனவுகளை நிறுவனங்களாக நிர்மானித்ததும் ஒவ்வொருவருக்கும் உத்வேகம் தரக்கூடியது. அவருடைய தமிழகத் தொடர்புகள் நமக்கு கூடுதல் உத்வேகம் அளிக்கட்டும்!

ஆகஸ்ட் 12, விக்ரம் சாராபாய் பிறந்த தினம்

12.08.2021

ஜி.டி.நாயுடு: பொறியியலின் புரட்சிக்காரர்

- வி.டில்லிபாபு

ஃபோக்ஸ்வாகன் வாகனங்களுக்கு எரிபொருள் தொட்டிகளை உற்பத்தி செய்யும் ஆஸ்திரியாவின் ஒரு தொழிற்சாலை அது. அங்கு உற்பத்தியான ஆயிரக்கணக்கான எரிபொருள் தொட்டிகளின் உலோகச் சுவரில் மயிரிழை அளவில் விரிசல். விரிசலுக்கான காரணமோ, தீர்வோ தெரியாமல் நிர்வாகிகள் தத்தளித்த சூழலில், அந்தத் தொழிற்சாலையைப் பார்வையிட வந்திருந்தார் ஜி.டி.நாயுடு.

உலோகத் தகடுகளைத் தொட்டிகளாக மாற்றும் பிரஸ்ஸிங் இயந்திரத்தைச் சில நிமிடங்கள் கூர்ந்து கவனித்தார். சிகரெட் பெட்டியிலிருந்து வழவழப்பான மெழுகுத்தாளை எடுத்து, பிரஸ்ஸிங் இயந்திரத்துக்கும் தகடுக்கும் இடையில் விரிசல் வரும் இடம் பார்த்து வைத்து, இயந்திரத்தை இயக்கச் சொன்னார். அதன்பிறகு உருவாக்கப்பட்ட தொட்டியில் விரிசல் இல்லை. அசந்து போனார்கள் ஆஸ்திரியப் பொறியாளர்கள்.

‘அமெரிக்காவில் ஃபோர்டு தொழிற்சாலையில் பிரஸ்ஸிங் இயந்திரத்தில் உராய்வைத் தடுக்கத் திமிங்கிலத்தின் கொழுப்பைத் தடவித் தகடுகளை அச்சடிப்பதைக் கவனித்தேன். உராய்வைத் தவிர்த்தால் விரிசலைத் தடுக்கலாம். அதனால் மெழுகுத்தாளை உபயோகித்துப் பார்த்தேன். விரிசல் தவிர்க்கப்பட்டது’ என்றார் ஜி.டி.நாயுடு. அதுதான் ஜி.டி.நாயுடு. கூர்ந்த கவனிப்பு, பரந்துபட்ட அனுபவ அறிவு, சோதனை முயற்சிகள், நடைமுறைத் தீர்வுகள், புதுமைக் கண்டுபிடிப்புகள் எனப் பொறியியல் உலகில் துவளாமல் களமாடியவர் கோபாலசாமி துரைசாமி நாயுடு என்ற ஜி.டி.நாயுடு.

பல்கலைக்கழகப் பட்டங்களால், ஆராய்ச்சிக் கட்டுரைகளால் வரையறுக்கப்பட்ட பொறியியல் நிபுணத்துவத்துக்குப் புதிய பரிமாணத்தைத் தந்த பொறியியல் வித்தகர் அவர். மின்சார சவரக்கத்தி, வாக்குப்பதிவு இயந்திரம், பழச்சாறு எந்திரம் உள்ளிட்ட நூற்றுக்கும் மேற்பட்ட கண்டுபிடிப்புகளோடு நின்றுவிடாமல் வெற்றிகரமான தொழிலதிபராகவும் கொடி நாட்டியவர். ஒரு கட்டத்தில், அவருடைய போக்குவரத்து நிறுவனத்தில் இருநூறுக்கும் அதிகமான பேருந்துகள் இயங்கின. அந்த நிறுவனத்தின் முதல் பேருந்தின் ஓட்டுநர், நடத்துநர், சுத்தம் செய்பவர், மெக்கானிக், கணக்கர், முதலாளி என எல்லாமுமாக இருந்தவர் ஜி.டி.நாயுடு!

படிப்பாளி

முறையான பொறியியல் கல்வியைப் பெறாவிட்டாலும் ஜி.டி.நாயுடு ஒரு தேர்ந்த படிப்பாளி. அறிவியல் சார்ந்த 16,000 புத்தகங்களையும் உளவியல் சார்ந்த 3,000 புத்தகங்களையும் அவர் வைத்திருந்தார் என அவரது புதல்வர் ஜி.டி.கோபால் ஒரு நூலில் பதிவு செய்திருக்கிறார். இடையூறு இல்லாமல் படிப்பதற்காக ரயிலில் முன்பதிவு செய்து படிப்புப்பயணம் செய்வாராம் ஜி.டி.நாயுடு.

பட்டறிவு

உலக அளவிலான பொறியியல் அனுபவத்தை அவர் தேடிப் பெற்றார். ஏறக்குறைய 40 முறை வெளிநாடுகளுக்குச் சென்று வந்திருக்கிறார். தொழிற்சாலைகள், கல்வி நிறுவனங்கள், பொருட்காட்சிகள், கருத்தரங்குகள் என அறிவுசார் பயணங்களாக அவை இருந்தன. 1932இல் அவருடைய முதல் வெளிநாட்டுப் பயணத்தில், ஏறக்குறைய ஓராண்டு காலம் பல நாடுகளில் தங்கியிருந்து, தொழில்நுட்பங்களையும் வர்த்தக நுணுக்கங்களையும் ஆவணப்படுத்திக்கொண்டு திரும்பினார். உண்மையிலேயே அனுபவ ஞானம் பெற விரும்பும் ஒவ்வொரு மனிதரும் பல நாடுகளைச் சுற்றிப்பார்க்க வேண்டியது இன்றியமையாதது என அவர் தீவிரமாக நம்பினார்.

தொடர் தேடல்கள்

கையெழுத்துக் குறிப்புகள், புகைப்படங்கள், வீடியோ பதிவுகள் எனப் பல தளங்களில் உள்நாட்டிலும் வெளிநாடுகளிலும் தனது அறிவுத் தேடல்களைத் தொடர்ந்தவர் ஜி.டி.நாயுடு.

1940களிலேயே ஏறக்குறைய 1,000 தலைப்புகளில் 500 மணி நேரம் ஓடக்கூடிய 100 வீடியோ காட்சிகளை வைத்திருந்தவர் அவர். அறிவியல் ஆவணப்படுத்தலுக்காகக் கற்ற புகைப்பட வீடியோ கலையில் அவர் தேர்ந்தவராகி நேரு, காந்தி, ஹிட்லர், முசோலினி உள்ளிட்டவர்களையும் படம் பிடித்தது இன்னொரு சுவாரசியம். தனது நான்கு வெளிநாட்டுச் சுற்றுப்பயணங்களையும் பற்றி ஜி.டி.நாயுடு எழுதிய 'நான் கண்ட உலகம்' என்ற நூல் சாதிக்கத் துடிக்கும் அனைவருக்கும் ஒரு உன்னதமான உள்ளீடு.

தன்னைத் தொடர்ந்து மேம்படுத்திக்கொண்டு வந்த அவர், அவ்வப்போது தன்னைச் சுய அலசல் செய்துகொண்டு தனது போக்குகளை மாற்றிக்கொள்ளவும் தயங்கியதில்லை. அவர் 'நான் செய்த தவறுகள்' என்று ஒரு தனி கோப்பு ஏற்படுத்தி வைத்திருந்தார் என 'அப்பா' என்ற நூலில் பதிவுசெய்திருக்கிறார் எழுத்தாளர் சிவசங்கரி.

கொள்கை உறுதி

அவரது பல புதிய கண்டுபிடிப்புகளுக்கான உற்பத்தி உரிமத்தை அப்போதைய பிரிட்டிஷ் இந்திய அரசாங்கம் தர மறுத்தது. ஆனாலும், விடாப்பிடியாகப் புதிய கண்டுபிடிப்புகளில் தனது கவனத்தைச் செலுத்தினார். பொறியியல் துறையில் மட்டுமின்றி விவசாயம், மருத்துவம் போன்ற துறைகளிலும் பல சோதனைகளைச் செய்தவர் ஜி.டி.நாயுடு. பருத்தி, சோளம், பட்டாணி, துவரை, பப்பாளி ஆகியவற்றின் பரிசோதனை வெற்றிகளும், நீரிழிவு நோய்க்கான சித்த வைத்திய மருந்து உருவாக்கும் முயற்சிகளும் குறிப்பிடத்தக்கவை.

தேச பக்தி

தனது தொழில்நுட்பத் தேடல்களின் பலன் தேசத்தின் வளர்ச்சிக்குப் பயன்பட வேண்டும் என்பதில் அவர் உறுதியாக இருந்தார். 1960 களில் ஜி.டி.நாயுடு நடத்திவந்த ஏறத்தாழ 36 தொழில் நிறுவனங்கள் வேலைவாய்ப்பு, உள்நாட்டுத் தொழில்நுட்பம், பொருளாதார வளர்ச்சி எனப் பல நிலைகளில் நாட்டின் வளர்ச்சியில் பங்காற்றின. 1936இல் இவரது புதுமைப் படைப்பான 'ரேஸண்ட் மின் சவரக்கத்தி' இங்கிலாந்திலும் அமெரிக்காவிலும் பெருத்த வரவேற்பைப் பெற்றது. இலண்டனில், ஒரே மாதத்தில் 7,500க்கும் மேற்பட்ட ரேஸர்கள் விற்பனையாயின. ஒரு அமெரிக்க நிறுவனம் 3 லட்சம் அமெரிக்க

டாலர்களுக்கு அதன் உரிமத்தை விலை பேசியது. "நான் செய்யும் காரியத்தின் எந்த நல்ல விளைவும் இந்தியாவையே சென்றடைய வேண்டும்" என்று தீர்க்கமாக மறுத்துவிட்டார் ஜி.டி.நாயுடு.

அறிவியல் நண்பர்கள்

அறிஞர்களோடு நட்புறவைப் பேணித் தன்னை மென்மேலும் மெருகேற்றிக்கொண்டார் ஜி.டி.நாயுடு. நோபல் பரிசுபெற்ற அறிவியலர் சர்.சி.வி.ராமன், புகழ்பெற்ற பொறியாளர் சர்.எம்.விஸ்வேஸ்வரய்யா ஆகியோர் இவரின் நட்பு வட்டத்தில் இருந்த குறிப்பிடத்தக்க அறிவியல் ஆளுமைகள். குரலையும் இசையையும் தேனிரும்புக் கம்பியில் பதிவுசெய்யும் ரெக்கார்டரை சி.வி.ராமனுக்கு ஜி.டி.நாயுடு பரிசளித்தார். இதைப் பயன்படுத்தி, 1952இல் சி.வி.ராமனின் அறிவியல் காங்கிரஸ் உரையைத் தான் பதிவு செய்ததாக தனது நூலில் குறிப்பிட்டுள்ளார், ராமனின் வரலாற்றை எழுதிய அறிவியலர் ஏ.ஜெயராமன்.

வாழ்க்கைச் செய்தி

தொழிற்கல்வியின் முக்கியத்துவத்தை அறிந்திருந்த அவர், தனது நன்கொடைகளின் மூலம் கோவையில் பல்தொழில்நுட்பப் பயிலகமும், பொறியியல் கல்லூரியும் உருவாகக் காரணமானார். அப்படித் தொடங்கப்பட்ட ஆர்தர் ஹோப் பொறியியல் கல்லூரியே இன்று அரசு தொழில்நுட்பக் கல்லூரியாக விழுது விட்டுச் செழித்திருக்கிறது.

வாழ்க்கையில் முதல் 25 ஆண்டுகள் கல்வி கற்று, அடுத்த 25 ஆண்டுகள் உழைத்துப் பொருள் ஈட்டி, பின்னர் சமூக சேவைக்காக உழைக்க வேண்டும் என்பதே ஜி.டி.நாயுடுவின் வாழ்க்கைக் கோட்பாடு. வெற்றிகளால் மட்டுமே நிரம்பியவையல்ல அவரது நாட்கள். தனது கண்டுபிடிப்புகளுக்குத் தொடர்ந்து மறுக்கப்பட்ட உற்பத்தி உரிமங்கள், தனது சில தொழில்முனைவு முயற்சிகளில் பெற்ற தோல்விகள், தேர்தல் தோல்வி எனப் பல சவால்களையும் தனது வாழ்வில் அவர் சந்தித்தார்.

ஜி.டி.நாயுடு என்ற கண்டுபிடிப்பாளர் இந்தியாவின் பொறியியல் வரையறைகளை மாற்றியமைத்த புதுமையாளர் என்பது தான் வரலாறு. புதுமையான தொழில்முனைவுகளால் 'ஸ்டார்ட் அப்' கலாச்சாரத்தை நாட்டில் பதியமிட்ட தொழில்நுட்பத் தலைமகன் அவர்.

மார்ச் 23. ஜி.டி.நாயுடு பிறந்த தினம்.

23.03.2022

போர்முனைத் தொழில்நுட்பங்கள்

குவாண்டம் தகவல் தொடர்பு: இஸ்ரோவின் முன்னோடிச் சோதனை வெற்றி (பகுதி-1)

- வி.டில்லிபாபு

வங்கியிலிருந்து அனுப்பப்படும் புத்தாண்டு வாழ்த்து மின்னஞ்சலை உடனே பார்த்து விடலாம். ஆனால் வங்கியிலிருந்து மின்னஞ்சலில் வரும் உங்களது மாதாந்திர கணக்கு ஆவணத்தை பாஸ்வேர்டு (கடவு சொல்) இல்லாமல் உங்களால் திறக்க முடியாது. அதிலும் ஒவ்வொரு வாடிக்கையாளருக்கும் ஒரு பிரத்யேக பாஸ்வேர்டு இருக்கும். இப்படி முக்கியத்துவம் வாய்ந்த தகவல், மூன்றாம் மனிதருக்குச் செல்லாமல் தடுக்க பல தகவல் பாதுகாப்பு முறைகள் பின்பற்றப்படுகின்றன.

தொழில்துறை, பொருளாதாரம், நிர்வாகம், தகவல் பரிமாற்றம், கல்வி, மருத்துவம், பொழுதுபோக்கு என உலகம் முழுவதும் 'இணைய நெடுஞ்சாலைகளில்' பின்னப்பட்டுச் சிந்தனையின்

வேகத்தில் விரிவடையும் இக்காலக்கட்டத்தில், உணவு, உறைவிடம் போல பாதுகாப்பான தகவல் தொடர்பு என்பது அடிப்படைத் தேவையாக மாறிவிட்டது. இந்தப் பின்புலத்தில், இந்தியாவில் ஒரு முன்னோடி முயற்சியாக பாதுகாப்பான தகவல் தொடர்புக்காக 2022, ஜனவரி 27 ஆம் தேதி, இந்திய விண்வெளி ஆய்வு நிறுவனம் (இஸ்ரோ) நடத்திய தொழில்நுட்பச் சோதனை வெற்றி பெற்றிருக்கிறது.

இஸ்ரோவின் தகவல் பரிமாற்ற சோதனை

குவாண்டம் தொழில்நுட்பத்தின் அடிப்படையிலான இந்த தகவல் பரிமாற்ற சோதனையில் இஸ்ரோ வெற்றி பெற்றுள்ளது. இஸ்ரோ நிறுவனத்தின் ஆராய்ச்சி நிலையங்களான குஜராத் மாநிலம் அகமதாபாத்தில் உள்ள 'செயற்கைக்கோள் பயன்பாட்டு மையம்' (Satellite Applications Centre-SAC), 'இயற்பியல் ஆய்வு நிறுவனம்' (Physical Research Laboratory-PRL) ஆகியவை கூட்டாக இணைந்து இந்தச் சோதனையைச் செய்துள்ளன. இதில் இயற்பியல் ஆய்வு நிறுவனம், இஸ்ரோ உருவாவதற்கு முன்பே விக்ரம் சாராபாய் தொடங்கிய ஆராய்ச்சி நிறுவனம் என்பது குறிப்பிடத்தக்கது.

எழுத்து, படங்கள், இரு வழி காணொளி கருத்தரங்கத் (Two Way Video Call) தரவுகள் அடங்கிய தகவல் தொகுதி, செயற்கைக்கோள் பயன்பாட்டு மையத்தின் ஒரு கட்டிடத்திலிருந்து 300 மீட்டர் தொலைவிலுள்ள இன்னொரு கட்டிடத்துக்குப் பாதுகாப்பாக அனுப்பப்பட்டிருக்கிறது. இவையெல்லாம் இணையத்தில் தினந்தோறும் நடப்பதுதானே. இதிலென்ன சிறப்பு என நீங்கள் யோசிக்கலாம். மேலே படியுங்கள்.

தகவல் பரிமாறப்பட்ட கட்டிடங்கள் படத்தில் Alice-அனுப்புநர், Bob-பெறுநர்

குவாண்டம் தகவல் தொடர்பு

இணையத்தில் அனுப்பப்படும் தகவல்களுக்குப் பாதுகாப்பு உத்தரவாதமில்லை. ஹாக்கிங் (Hacking) எனப்படும் இணைய வழிப்பறிக் கொள்ளையில் ஒவ்வொரு நானோ நொடியிலும் தகவல்கள் திருடப்படுகின்றன. அதனால் நிகழும் மோசடிகளும், அசம்பாவிதங்களும், பாதுகாப்பு அச்சுறுத்தல்களும், பொருளாதார இழப்புகளும் மிக மிக அதிகம்.

இங்கேதான் இஸ்ரோவின் சோதனை முக்கியத்துவம் பெறுகிறது. தகவல்களை வழக்கமாகக் கம்பி (Wire), இழை (Fiber) வழியில் அல்லது கம்பியில்லாத் தொடர்பில் (Wireless) பரிமாறலாம். மூன்றாம் மனிதருக்குப் புரியாத வகையில் தகவல்களைக் குறியீட்டாக்கம் (Encryption) செய்து அனுப்புவது வழக்கம். குறியீட்டாக்கம் செய்ய மென்பொருட்கள் உள்ளன. வங்கிகள் மின்னஞ்சல் ஆவணங்களுக்கு பாஸ்வேர்ட் பயன்படுத்துவதைப் போல குறியீட்டாக்கத்தைப் பலப்படுத்த சாவி (Key) பயன்படுத்தப்படுகிறது. சாவி என்பது நீண்ட எண் எழுத்துக் கலவையாக இருக்கும். குறியீட்டாக்கம் செய்ய மட்டுமல்ல, தகவலைக் குறிநீக்கம் (Decryption) செய்யவும் சாவி தேவை. குறி நீக்கம் செய்யப்பட்ட தகவலைத்தான் நாம் பயன்படுத்த முடியும். எப்படி பாஸ்வேர்ட், நமது மின்னஞ்சலுடன் சேர்த்து அனுப்படுவதில்லையோ அப்படியே, இந்தச் சாவியும் குறியீட்டாக்கம் செய்யப்பட்ட தகவலோடு சேர்த்து அனுப்பப்படுவது இல்லை.

தகவல்களைக் குறியீட்டாக்கம் செய்து வழக்கமான வழியில் அனுப்பிய இஸ்ரோ விஞ்ஞானிகள், சாவியை அனுப்ப மிகவும் பாதுகாப்பான குவாண்டம் தகவல் தொடர்பு தொழில்நுட்பத்தைப் பயன்படுத்தி உள்ளனர். அதிலும் குறிப்பாக உயர் பாதுகாப்பு உள்ள குவாண்டம் தொழில்நுட்பமான 'குவாண்டம் பின்னல்' (Quantum Entanglement) என்ற நுட்பத்தைப் பயன்படுத்தியுள்ளனர்.

குவாண்டம் பின்னல்

குவாண்டம் என்பது 'எவ்வளவு' என்பதைக் குறிக்கும் லத்தீன் சொல். குவாண்டம் என்றால் ஒரு பொருளின் மிகச் சிறிய அளவு என்று அர்த்தம். உதாரணமாக ஒளிக்கற்றை, ஃபோட்டான் (Photon) என்ற மிகச்சிறிய துகள்களால் ஆனது. ஆக, ஃபோட்டான் என்பது ஒளியின் ஒரு குவாண்டம் எனக் குறிப்பிடலாம். சரி. குவாண்டம் பின்னல் என்றால் என்ன?

ஒரு கார் பந்தய நிகழ்வைக் கற்பனை செய்து கொள்ளுங்கள். பந்தயத்தில் பல வண்ணங்களில் நூற்றுக்கணக்கான கார்கள் மின்னல் வேகத்தில் பாய்ந்து செல்கின்றன. அப்படிச் செல்லும் கார்களில் 10வது காரும் 50வது காரும் சிவப்பு நிறத்தில் இருக்கின்றன. இரண்டு கார்களும் 10 கி.மீ, தூர இடைவெளியில் வெவ்வேறு வளைவுகளில் இருப்பதால் இரண்டு ஓட்டுநர்களும் ஒருவரையொருவர் பார்க்க முடியாது. ஆனால் இரு வாகனங்களும் ஒரே வேகத்தில் செல்கின்றன. 10வது கார் வேகம் குறைந்தால் 50வது காரும் வேகம் குறைகிறது. இரண்டில் ஏதாவது ஒரு காரின் வேகம் தெரிந்தால் அதன் ஜோடி காரின் வேகத்தைக் கண்டுபிடித்து விடலாம். ஆச்சர்யமான ஜோடியாக இருக்கிறதே என நீங்கள் யோசிக்கிறீர்கள்.

இதேபோன்ற ஆச்சரியமான நிகழ்வு, குவாண்டம் இயக்கவியலில் (Quantum Mechanics) உண்டு. ஒளியின் ஃபோட்டான் துகள்களிலும் இப்படி ஒன்றோடொன்று பிணைக்கப்பட்ட ஜோடிகள் உண்டு. ஒன்றின் தன்மை (Quantum State) மற்றொன்றின் தன்மையைப் போலிருக்கும். துகள்கள் ஒன்றையொன்று விட்டுத் தூரத்தில் இருந்தாலும் ஒரு துகளை அளந்தால் அதன் தொலைதூர ஜோடியைக் கணித்துவிடலாம். இதற்குக் குவாண்டம் பின்னல் (Quantum entanglement) என்று பெயர். இந்த நிகழ்வு அப்போதைய அறிவியலின் புரிதலை மீறிய செயலாக இருந்ததால், இதைத் ‘தூரத்து பயமுறுத்தும் செயல்’ (Spooky action at a distance) என்று குறிப்பிட்டார் ஆல்பர்ட் ஐன்ஸ்டைன்.

(தொடர்ச்சி பகுதி-2)

09.02.2022

குவாண்டம் தகவல் தொடர்பு: பாதுகாப்பான எதிர்காலத் தொழில்நுட்பம் (பகுதி-2)

- வி.டில்லிபாபு

ஃபோட்டான் ஜோடி எப்படி உருவாகிறது? ஒரு ஃபோட்டான் துகளை இரண்டாக பிரிப்பதன் மூலமாக அல்லது இரண்டு ஃபோட்டான் துகள்களை இணைப்பதன் மூலமாக போட்டான் ஜோடிகளை உருவாக்கலாம். இப்படிப் பல நாடுகளின் ஆய்வகங்களில் ஃபோட்டான் ஜோடிகள் உருவாக்கப்பட்டுச் சோதனை முயற்சிகள் நடைபெற்று வருகின்றன.

பொட்டாசியம் டைட்டனைல் பாஸ்பேட் (Potassium Titanyl Phosphate -KTP) படிகத்தில் லேசர் அலைகளைச் செலுத்தினால் ஃபோட்டான் ஜோடிகளை உருவாக்கலாம். இந்த ஃபோட்டான் ஜோடிகளை, தகவல்களைப் பாதுகாக்க சாவிகளை உருவாக்கவும் சாவிகளை ஓரிடத்திலிருந்து மற்றொரு இடத்துக்கு அனுப்பவும் பயன்படுத்தலாம். இதைத்தான் செய்திருக்கிறார்கள் இஸ்ரோ விஞ்ஞானிகள்.

ஃபோட்டான் நிலையைக் (Quantum State) குறிக்கும் அளவீடுகளை சாவியாகப் பயன்படுத்தலாம். ஃபோட்டான் ஜோடியில் ஒன்று தகவலை அனுப்புபவரிடம் இருக்கும். அடுத்த ஃபோட்டான் ஒளியின் மூலமாகத் தகவலை பெறுபவரிடம் அனுப்பப்படும். குவாண்டம் பின்னல் ஜோடிகளின் தன்மை ஒன்றையொன்று சார்ந்திருக்கும். அனுப்புபவரும் பெறுபவரும் தமது ஃபோட்டானின் தன்மையை ஒப்பிட்டு சரி பார்த்துக்கொண்டு, தகவலைப் பாதுகாப்பாக குறிமாற்றம் செய்யலாம். இதற்குக் குவாண்டம் சாவி விநியோகம் (Quantum Key Distribution-QKD) என்று பெயர். குவாண்டம் சாவி தொடர்பான உலக அளவிலான நெறிமுறைகள் (Protocols) உண்டு. 1992இல் புழக்கத்துக்கு வந்த BBM92 என்ற நெறிமுறை இஸ்ரோ சோதனையில் பயன்படுத்தப்பட்டிருக்கிறது.

சாவியைப் பெற இடையில் யாராவது ஃபோட்டானை அளக்க முயற்சித்தால் அதன் தன்மையில் மாற்றம் ஏற்படும். தகவலைப் பெறுபவர் இதை எளிதில் கண்டுபிடித்துவிடலாம். சாவியைத் திருட முயற்சி நடந்ததா என்பதை மட்டுமின்றி எவ்வளவு திருடப்பட்டிருக்கிறது என்பதையும் கண்டுபிடித்து விடலாம். சாவியைப் பற்றி விவரங்கள் எவ்வளவு கசிந்திருக்கின்றன என்பதைப் பொறுத்து தகவலைத் திறப்பதா அல்லது அழித்து விடுவதா என முடிவெடுக்கலாம். சாவி ஒரு ஃபோட்டான் ஜோடியை மட்டும் சார்ந்திருக்காமல் பல ஃபோட்டான் ஜோடிகளைச் சார்ந்திருக்கும். எனவே சாவியின் முழு விவரங்களைத் திருடுவது சாத்தியமில்லை என்றே சொல்லலாம். வழக்கமான தகவல் பாதுகாப்பு முறைகள், கணிதப் படிமுறைகளின் (Mathematical Algorithms) அடிப்படையில் இயங்குகின்றன. சக்திவாய்ந்த கணிப்பொறியைக் கொண்டு அந்தப் பாதுகாப்பு முறைகளைத் தகர்க்கலாம். அதைத் தடுக்க மிகவும் சிக்கலான கணிதப் படிமுறைகள் பயன்படுத்தப்படும். ஆனால், எதிர்காலத்தில் அதிக சக்திவாய்ந்த மீத்திறன் கணிப்பொறிகள் (Super Computers) உருவாக்கப்படும் போது, பாதுகாப்பு முறைகள் மறுபடியும் உடைக்கப்படும். ஆனால், குவாண்டம் தொழில்நுட்பத்தின் அடிப்படையிலான தகவல் பாதுகாப்பு, குவாண்டம் இயற்பியலை அடிப்படையாகக் கொண்டது. எதிர்காலத்தின் மீத்திறன் கணிப்பொறிகளால் குவாண்டம் தகவல் தொடர்பை ஒன்றும் செய்ய முடியாது. எனவே தான், குவாண்டம் தகவல் தொடர்பு பாதுகாப்பான எதிர்கால தொழில்நுட்பமாக உலக அளவில் முக்கியத்துவம் பெற்றுள்ளது.

இரவு நேரக் குவாண்டம் சோதனையில் ஒளிரும் லேசர்

வெற்றியின் முக்கியத்துவம்

இஸ்ரோ விஞ்ஞானிகள், குவாண்டம் சாவி விநியோக நுட்பத்தின் அடிப்படையில் ஃபோட்டான் ஜோடிகளை உருவாக்கி, அதிலிருந்து பாதுகாப்பான தகவல் பரிமாற்றத்திற்கான சாவியை உருவாக்கி இருக்கிறார்கள். ஜோடி ஃபோட்டான்களில் ஒன்றை 300 மீட்டர் தூரத்திலிருந்த மற்றொரு கட்டிடத்துக்கு ஒளியை பிரதிபலிக்கும் ஆடிகளைப் பயன்படுத்தி திறந்த வெளியில் (Open Space) செலுத்தி இருக்கிறார்கள். பிற நாடுகளில் ஃபோட்டானை ஒளியிழை வடங்களில் (Optic fiber cables) கடத்தும் முயற்சிகள் நடந்ததுண்டு. ஆனால், திறந்தவெளி தகவல் தொடர்பு சிக்கலானது.

ஏனெனில் வளிமண்டலக் காற்றில் கலந்திருக்கிற துகள்களும் வாயுக்களும் ஃபோட்டானின் போக்குவரத்தைப் பாதிக்கும். சூரியக் கதிர்களின் பாதிப்பைத் தவிர்க்க இஸ்ரோ இந்த சோதனையை இரவில் நடத்தியுள்ளதையும் நாம் கவனிக்க வேண்டும். எனினும் சவாலான சோதனை முயற்சியில் வெற்றி பெற்றிருக்கிறார்கள் நமது விஞ்ஞானிகள்.

குறியீட்டாக்க மென்பொருள் உள்நாட்டிலேயே தயாரிக்கப்பட்டுச் சோதிக்கப்பட்டிருப்பது கூடுதல் சிறப்பு. மேலும் 'நேவிக்' (Navigation with Indian Constellation-NavIC) என்ற இந்திய வழிகாட்டிச் செயற்கைக்கோள் தொகுதியின் ஒத்திசைவும் சோதனையின் வெற்றியில் முக்கிய பங்காற்றியுள்ளது.

அடுத்தகட்ட நகர்வு

2021ஆம் ஆண்டு மார்ச் மாதம் வெற்றிகரமாக முதற்கட்ட சோதனையை நடத்தியது இஸ்ரோ. தொடர்ந்து தற்போது நடந்தேறியுள்ள மேம்பட்ட சோதனையின் வெற்றி இந்திய விண்வெளித் துறையிலும் தகவல் தொழில்நுட்பத்துறையிலும் ஒரு முக்கிய மைல்கல் எனலாம்.

தொடர்ந்து அதிக தூரத்துக்குத் தகவல் பரிமாறும் சோதனை முயற்சிகள் செய்யப்படலாம். அதில் ஃபோட்டானின் போக்குவரத்தில் வளிமண்டலமும், சூரிய ஒளியும் ஏற்படுத்தும் பாதிப்புகள் ஆய்வு செய்யப்படலாம். நெடுந்தூரம் பயணிக்க ஏற்ற வகையிலான போட்டானின் உற்பத்தி நுட்பங்களிலும் ஆய்வுகள் தொடரலாம்.

தரையில் ஒரு கட்டிடத்திலிருந்து மற்றொரு கட்டிடத்துக்குத் தகவலைப் பரிமாறும் சோதனை முயற்சிகள் படிப்படியாக முன்னேறி, முத்தாய்ப்பாக, செயற்கைக்கோளிலிருந்து நேரடியாகத் தரை நிலையங்களுக்கு பாதுகாப்பான தகவல் தொடர்பு சாத்தியமாகலாம். அப்படிப்பட்ட நிகழ்வு ஒரு இமாலயத் தொழில்நுட்பப் பாய்ச்சலாக உலக அளவிலான அதிமுக்கிய நிகழ்வாக இருக்கும். அது பல துறைகளிலும் புதிய தொழில்நுட்பக் கதவுகளைத் திறக்கும். மானுட வாழ்வு சிறக்கும். அந்த நாள் வெகு தொலைவில் இல்லை. இந்தியா நிச்சயம் ஜெயிக்கும்.

11.02.2022

நீர்மூழ்கிக் கப்பல் தொழில்நுட்பத்தில் முக்கிய மைல்கல்

- வி.டில்லிபாபு

மூச்சைப் பிடித்து குளத்தில் உள்நீச்சலடிக்கிற ஒருவர் அவ்வப்போது நீர்மட்டத்திற்கு மேலே வந்து ஆசுவாசப்படுத்திக் கொள்வதை நீங்கள் பார்த்திருக்கலாம் அல்லது நீங்களே செய்திருக்கலாம். நீர்மூழ்கிக் கப்பலும் இப்படித்தான். குறிப்பிட்ட இடைவெளியில் கடலுக்கடியிலிருந்து நீர்மட்டத்துக்கு வந்து ஆசுவாசப்படுத்திக் கொள்ளும். ஏன்? இருசக்கர வாகனத்தை இடுப்பு வரை வெள்ள நீர் நிறைந்த சாலையில் இயக்க முடியாது. ஏனெனில் வாகனத்தின் இன்ஜின், காற்றை உள்ளிழுத்தும், புகையை வெளியேற்றியும் தான் இயங்க முடியும். இது நீரில் சாத்தியமில்லை.

பெட்ரோல், டீசல் போன்ற எரிபொருட்களில் இயங்கும் தரைப் போக்குவரத்து வாகனங்களின் இன்ஜின், விமான ஜெட் இன்ஜின் ஆகியவை மனிதர்களைப் போல காற்றை சுவாசித்து (Air Breathing Engines) இயங்குகின்றன. டீசல் இன்ஜின் பொருத்தப்பட்ட நீர்மூழ்கிகள் உண்டு. அவைகளை டீசல்மின் (Diesel-Electric) நீர்மூழ்கிகள் என வகைப்படுத்தலாம். இவை இயங்க சுற்றுப்புறக் காற்று தேவை. இதனால் கடல்மட்டத்துக்கு மேல் நீர்மூழ்கி வந்தாக வேண்டும். ஒரு நாட்டின் நீர்மூழ்கிகள் எல்லை கண்காணிப்புப் பணிகளில் ஈடுபடும் போதும், போர்க்காலங்களிலும் நீர்மட்டத்துக்கு மேல் வருவது ஆபத்தானது. அண்டை நாடுகளின் பாதுகாப்புப் படையினரின் பார்வையில் சிக்கும் அல்லது அவர்களின் ராடார் கருவிகளில் பதிவாகி தாக்குதலுக்கு உள்ளாகும் ஆபத்துகள் உண்டு.

டீசல்மின் நீர்மூழ்கி

நீர்மூழ்கிகளில், அணுசக்தியினால் இயங்கக் கூடிய அணு நீர்மூழ்கிகள் (Nuclear Submarines) உண்டு. இந்த நீர்மூழ்கிகளில் உள்ள அணு உலை (Atomic Reactor) இயங்க காற்று தேவையில்லை. இதனால் அணு நீர்மூழ்கிகள் எந்தவிதக் கால வரையறையின்றி தொடர்ந்து நீருக்குள்ளேயே இயங்கலாம். மேலும் டீசல் இன்ஜினைவிட பல மடங்கு சக்தி கொண்டது அணு உலை. எனவே அளவில் பெரிய அதிவேக நீர்மூழ்கிகளில் அணு உலை பயன்படுத்தப்படுகிறது.

அணு நீர்மூழ்கியில் பல நன்மைகள் இருந்தாலும், பாதுகாப்புப் பணிகளிலும், போர்க்காலங்களிலும் நீர்மூழ்கிக்கான முக்கிய தேவை கடலுக்கடியில் சத்தமின்றி இயங்க வேண்டும் என்பதுதான். ஏனெனில் சோனார் (SONAR) கருவி கடலுக்கடியில் சப்தங்களைக் கேட்டறிந்து நீர்மூழ்கியின் இருப்பிடத்தைக் கண்டுபிடித்துவிடும். அணு நீர்மூழ்கியைவிட, டீசல்மின் நீர்மூழ்கி கடலுக்கடியில் மிக அமைதியாக இயங்கும். மேலும் அணு நீர்மூழ்கியோடு ஒப்பிடும்போது இதன் அளவும் சிறியது. எனவே, இதற்கான தனிப்பட்ட உபயோகங்கள் உண்டு. இதன் விலையும் குறைவு.

கடல் உள்ளிருப்புக் காலம்

நீர்மூழ்கிகள் கடல்மட்டத்திலிருக்கும் போது, டீசல் இன்ஜின் இயக்கப்பட்டு அதனால் நீர்மூழ்கியிலுள்ள மின்கலன்கள் (Batteries) திறனேற்றப்படும். கடலுக்கடியில் மின்கலன்கள் மூலமாக மின்மோட்டார் இயக்கப்பட்டு நீர்மூழ்கி அமைதியாக நகரும். மின்கலன்களின் திறனைப் பொறுத்துப் பல நாட்கள் வரை நீருக்குள்ளேயே நீர்மூழ்கிகள் இயங்கலாம். பிறகு மின்கலன்களைத் திறனேற்ற மறுபடியும் கடல்மட்டத்துக்கு வர வேண்டும்.

நீர்மூழ்கியின் உள்ளிருப்புக் காலத்தை அதிகரிக்க 'காற்று சாராத உந்துசக்தி' (Air Independent Propulsion) தொழில்நுட்பங்கள் தேவை. இந்தியா உள்ளிட்ட உலக நாடுகளில் இது தொடர்பான ஆராய்ச்சிகள் நடந்து வருகின்றன. இதில் ஒரு தொழில்நுட்பம் தான் எரிபொருள் கலன் (Fuel Cell). இந்த தொழில்நுட்பம் மின்சார வாகனத் துறையிலும் பயன்படுத்தப்படுகிறது. எரிபொருள் கலனில் எரிபொருளாக பெரும்பாலும் ஹைட்ரஜன் பயன்படுத்தப்படுகிறது. எரிபொருள் கலனில் ஹைட்ரஜன், ஆக்சிஜனுடன் வினைபுரிந்து மின்சாரம் உற்பத்தியாகிறது. நீர்மூழ்கியில் ஏற்கெனவே உள்ள மின்கலன்களுடன் கூடுதலாக எரிபொருள் கலனையும் அமைத்தால், கூடுதல் மின்சாரம் கிடைக்கும். இதனால், நீர்மூழ்கி நீருக்குள் அதிக நாட்கள் இயங்க முடியும்.

இந்திய தொழில்நுட்பம்

இந்தியாவின் பாதுகாப்பு ஆராய்ச்சி மற்றும் மேம்பாட்டு நிறுவனம் (டிஆர்டிஓ) நீர்மூழ்கியில் பயன்படுத்த, எரிபொருள் கலன் சார்ந்த 'காற்றுசாராத உந்துசக்தி' தொழில்நுட்பத்தை உருவாக்கியிருக்கிறது. எரிபொருள் கலன் தொழில்நுட்பத்தில் ஒரு சிக்கல் உண்டு. இதில் ஹைட்ரஜன், ஆக்சிஜன் இரண்டையும் தொடர்ந்து செலுத்தினால் தான், மின்சாரம் தொடர்ந்து கிடைக்கும். எனவே தேவையான அளவுக்கு ஹைட்ரஜன், ஆக்சிஜன் இரண்டையும் நீர்மூழ்கியில் தொட்டிகளில் சேமித்துவைக்க வேண்டும். புதுமை முயற்சியாக, நீர்மூழ்கியிலேயே ஹைட்ரஜனை உருவாக்கும் தொழில்நுட்பத்தையும் இந்திய விஞ்ஞானிகள் உருவாக்கியிருக்கிறார்கள்.

மஹாராஷ்டிராவிலுள்ள டிஆர்டிஓ ஆய்வகமான, கடற்படை பொருட்கள் ஆராய்ச்சி நிலைய (N.M.R.L) விஞ்ஞானிகள் இந்தத் தொழில்நுட்பத்தை உருவாக்கியுள்ளனர். தொழில்நுட்பங்கள் பல சோதனைகளைக் கடந்த பிறகே பயன்பாட்டுக்கு வரும். அந்த வகையில் இந்த தொழில்நுட்பத்தின் அடிப்படையிலான நிலம் சார்ந்த மூல முன்மாதிரி (Prototype) தயாரிக்கப்பட்டு வெற்றிகரமாக சோதிக்கப்பட்டிருக்கிறது. இதன் மூலம் நீர்மூழ்கிகளின், கடல் உள்ளிருப்புக் காலத்தை அதிகரிக்கும் தொழில்நுட்பம் உள்நாட்டிலேயே உருவாக்கப்பட்டு நிரூபிக்கப்பட்டிருக்கிறது. நீர்மூழ்கி உருவாக்கத்தில் இந்த ஆராய்ச்சி முயற்சியை ஒரு முக்கிய இந்திய தொழில்நுட்ப மைல்கல் எனலாம். இந்தத் தொழில்நுட்பத்தோடு இந்திய நீர்மூழ்கிகள் கடலாடும் நாள் வெகுதொலைவில் இல்லை. ஆராய்ச்சி வெற்றிகளின் மூலம் நாட்டின் நரம்பு மண்டலங்களை நேர்மறை அலைவரிசைகளால் நிரப்பும் இந்திய அறிவியல் சமூகத்தை நெஞ்சாரப் பாராட்டலாம்.

இந்தத் தொழில்நுட்ப மைல்கல், கல்லூரி இளைஞர்கள், யுவதிகள், பள்ளிக்கூட சிறுவர்கள், சிறுமிகள் என அனைவர் நெஞ்சிலும் 'நம்மால் முடியும்' என்ற நம்பிக்கையை நட்டுச் செல்லும் என்று நம்புவோமாக!

06.06.2021

போர்க்கப்பல்களைக் காக்கும் மின்னணுப் பதிலடித் தொழில்நுட்பம்

- வி.டில்லிபாபு

கண்ணுக்கெட்டாத தூரத்தில் வரும் போர்க்கப்பலை ரேடார் கருவி மூலம் கண்டறியலாம். ரேடார் கருவி, ஒலி (ரேடியோ) அலைகளைச் செலுத்தி, கப்பலில் பட்டுப் பிரதிபலிக்கிற அலைகளின் மூலம் கப்பலின் இருப்பிடத்தைக் கண்டறியும். போர்க் காலத்தில் கப்பலின் இருப்பிடம் கண்டறியப்பட்டால் ஏவுகணைத் தாக்குதல் தொடுக்கப்படலாம். ரேடார் கருவி பொருத்தப்பட்ட ஏவுகணைகளும் உண்டு. இப்படிப்பட்ட 'ரேடார் இலக்கு அணுகல்' (Radar Homing) ஏவுகணைகள், தப்பிக்க திசை திரும்பும் கப்பல்களையும் துல்லியமாகத் தாக்கி அழிக்கும்.

தாக்குதலில் இருந்து தப்பிக்க போர்க்கப்பல்கள், தற்காப்பு நடவடிக்கையாக மின்னணுப் பதிலடி (Electronic Counter Measure) தொழில்நுட்பத்தைப் பயன்படுத்தும். ரேடார் அலைகளைப் பிரதிபலிக்கும் துண்டுப் பொருட்கள் (Chaff) கப்பலில் இருந்து வானில் வீசப்படும். அப்படி வீசப்படும் எண்ணற்ற துண்டுப் பொருட்கள் காற்றில்

பறந்து ரேடியோ அலைகளைப் பிரதிபலித்து ரேடார் கருவியைத் தவறாக வழிநடத்தும். இதனால் ஏவுகணைத் தாக்குதலில் இருந்து போர்க் கப்பல் தப்பிக்கும். பல உலக நாடுகளில் பயன்படுத்தப்பட்டு வரும் தொழில்நுட்பம் இது.

டிஆர்டிஓ உருவாக்கியுள்ள மேம்பட்ட மின்னணுப் பதிலடித் தொழில்நுட்பத்தின் சிறப்பு, குறைந்த எண்ணிக்கையிலான துண்டுப் பொருட்களைக் காற்றில் வீசி ரேடார் மற்றும் ஏவுகணையில் இருந்து போர்க் கப்பலைக் காப்பாற்றுவதுதான். துண்டுப் பொருட்களை வீச ராக்கெட் (Chaff Rocket) பயன்படுத்தப்படும். குறைந்த, நடுத்தர, நீண்ட தூரம் சென்று துண்டுப் பொருட்களை வீசும் ராக்கெட் கருவிகளை மேம்பட்ட தொழில்நுட்பத்தில் டிஆர்டிஓ தயாரித்துள்ளது. ராஜஸ்தான் மாநிலத்தில் உள்ள டிஆர்டிஓ நிறுவனத்தின் 'பாதுகாப்பு ஆய்வகம் ஜோத்பூர்' (DLJ) இந்தத் தொழில்நுட்பத்தை உருவாக்கியுள்ளது.

சோதனை வெற்றி

அரபிக் கடல் பகுதியில் கப்பலில் இந்த ராக்கெட் சமீபத்தில் வெற்றிகரமாக சோதிக்கப்பட்டது. போர்க் கப்பல்களின் பாதுகாப்பை உறுதி செய்யும் இந்த மேம்பட்ட மின்னணு பதிலடி தொழில்நுட்பம் உள்நாட்டில் உருவாக்கப்பட்டிருப்பது குறிப்பிடத்தக்க தேசிய அறிவியல் தொழில்நுட்ப வளர்ச்சியைக் குறிக்கிறது. கருவிகளைப் பெருமளவில் உற்பத்தி செய்ய இத்தொழில்நுட்பம் தொழில்நிறுவனத்துக்கும் பகிரப்பட்டுள்ளது குறிப்பிடத்தக்கது.

30.05.2021

இருசக்கர ஆம்புலன்ஸ்

- வி.டில்லிபாபு

மத்திய ரிசர்வ் காவல் படையினருக்காக ரக்ஷிதா (Rakshita) என்று பெயரிடப்பட்ட இருசக்கர ஆம்புலன்ஸ் வாகனத்தை வடிவமைத்துள்ளது பாதுகாப்பு ஆராய்ச்சி மற்றும் மேம்பாட்டு நிறுவனம் (டிஆர்டிஓ).

மத்திய ரிசர்வ் காவல் படையினர் பாதுகாப்புப் பணியில் ஈடுபடும்போது, தாக்குதலுக்கு ஆளாக நேரிடும். நான்கு சக்கர வாகனங்கள் பயணிக்க முடியாத பகுதிகளில் தாக்குதல் நிகழும் போது, பாதிக்கப்பட்ட வீரர்களை மருத்துவமனைக்குக் கொண்டு செல்வதில் காலதாமதம் ஏற்படுகிறது. இதனைத் தடுக்கவே, இரு சக்கர ஆம்புலன்ஸ் வாகனம் வடிவமைக்கப்பட்டுள்ளது.

தில்லியில் உள்ள டிஆர்டிஓ நிறுவனத்தின் மருத்துவ ஆராய்ச்சி ஆய்வகமான 'அணு மருத்துவ மற்றும் சார்பு அறிவியல் நிறுவனம்'(INMAS) இந்த வாகனத்தை வடிவமைத்துள்ளது. இதே

ஆய்வகம்தான், கரோனா எதிர்ப்பு மருந்தான 2டிஜியை உருவாக்கியது குறிப்பிடத்தக்கது.

பிரத்யேகமாக வடிவமைக்கப்பட்டுள்ள இந்த வாகனத்தின் பின்இருக்கையை நோயாளியின் வசதிக்கேற்ப சாய்த்துக் கொள்ளலாம். வாகனத்திலிருந்து இருக்கையைத் தனியாக பிரிக்கும் வகையில் அமைக்கப்பட்டுள்ளதால், மருத்துவமனைக்கு உள்ளே இருக்கையோடு நோயாளியைக் கொண்டு செல்ல முடியும்.

தலை, கை, கால்களை அசையாமல் கட்டுப்படுத்தும் வசதி, நோயாளிக்கான இருக்கைப்பட்டை, பாதபடி (Foot rest) போன்ற வசதிகள் செய்யப்பட்டுள்ளன. நோயாளியின் உயரத்திற்கேற்ப பாதபடியை மாற்றியமைக்கலாம்.

எலும்பு முறிவு ஏற்பட்ட பகுதிகளைச் சேர்த்துப் பிடிக்கும் காற்றமுத்தப் பைகள் (Air Splinter), ஆக்சிஜன், அவசரகால மருத்துவப் பொருட்கள் என மேலும் பல வசதிகளும் இதில் உள்ளன.

நோயாளியின் நாடித்துடிப்பு, ஆக்சிஜன் அளவு உள்ளிட்ட அடிப்படை உடலியல் அளவீடுகள் தொடர்ந்து கண்காணிக்கப்பட்டு, ஓட்டுநருக்கு உடனுக்குடன் கணினித் திரையில் காட்டும் ஏற்பாடும் செய்யப்பட்டுள்ளது. அளவீடுகள் ஆபத்தான கட்டத்துக்கு வந்தால் மணி ஒலித்து ஓட்டுநரை எச்சரிக்கை செய்யும்.

பிற இருசக்கர ஆம்புலன்ஸ் வாகனங்களில், பக்க இணைப்பு வாகனம் (Side Car) பயன்படுத்தப்படும். இதனால் வாகனத்தின் அகலம் அதிகமாகி குறுகலான பகுதிகளில் அதனை இயக்குவதில் சிக்கல் ஏற்படும். இதனைக் கருத்தில் கொண்டு, பின் இருக்கை யிலேயே நோயாளிக்கான இடத்தை வசதிகளுடனும், பாதுகாப்புடனும் அமைத்திருப்பது இந்த வாகனத்தின் சிறப்பு.

இருசக்கர வாகனத்தின் பின்இருக்கையில் இல்லத்தரசிகள் அமர்ந்து செல்லும் விதத்தை கவனித்து, அந்த உந்துதலால் பின் இருக்கையில் நோயாளிக்கான இருக்கையை அமைக்கும் யோசனை விஞ்ஞானிகளுக்கு ஏற்பட்டது.

27.05.2021

முனை திரும்பிச் சுடும் ஆயுதம்

- வி.டில்லிபாபு

சிறுவயதில் ஓடிப்பிடித்து விளையாடும் போது, அறைக்குள் ஒளிந்திருக்கும் நண்பனைக் கதவு, ஜன்னல் வழியே எட்டிப்பார்த்து கண்டுபிடித்திருப்போம். ஒளிந்திருப்பது ஆயுதம் தாங்கிய எதிரியாக இருந்தால் என்ன செய்வது? அதிலும் அறைக்குள் பதுங்கியபடி தாக்குதல் தொடுக்கும் எதிரியை எதிர்கொள்வது எப்படி? எதிரியின் பார்வையில் படாமல், குறிபார்த்துப் பதிலடி தருவது சாத்தியமா? குறிப்பாக இரவில் இப்படிப்பட்ட சூழலை எப்படிச் சமாளிப்பது? நேரடியாக அறைக்குள் நுழைவது மிக ஆபத்தானது.

இப்படிப்பட்ட நெருக்கடியான நிலையைப் பாதுகாப்புப் படையினரும், தீவிரவாத எதிர் நடவடிக்கையில் ஈடுபட்டுள்ள துணை ராணுவப் படையினரும், காவல் துறையினரும் அவ்வப்போது சந்திக்க நேரிடும்.

இத்தகைய சூழலில் பயன்படுத்த, ஓர் ஆயுத அமைப்பை உருவாக்கியுள்ளது, பாதுகாப்பு ஆராய்ச்சி மற்றும் மேம்பாட்டு நிறுவனம் (டிஆர்டிஓ). இந்த ஆயுத அமைப்பில் துப்பாக்கியைப் பொருத்திப் பயன்படுத்தலாம். இதன் முன்பகுதி துப்பாக்கியுடன் இடது, வலது புறங்களில் திரும்பும் வகையில் வடிவமைக்கப்பட்டுள்ளது. இதனால் படைவீரர், அறைக்கு வெளியே மறைவாக இருந்தபடி துப்பாக்கியைத் திருப்பி அறையின் உள்ளேயிருக்கும் இலக்கை நோக்கிச் சுட முடியும்.

ஆயுத அமைப்பின் முகப்பில் வீடியோ கேமரா, லேசர் குறிபார்க்கும் கருவி பொருத்தப்பட்டுள்ளன. இதனால் வண்ண வீடியோ திரையில் இலக்கைக் குறிபார்த்துத் துப்பாக்கியை இயக்கலாம். இரவில் பயன்படுத்த ஏதுவாக வெளிச்சம் உமிழும் விளக்கு, இரவுக் காட்சி கேமரா ஆகியவையும் உண்டு.

மின்னணு கருவிகள் இயங்க மின்கலனும் இதில் பொருத்தப்பட்டுள்ளது. இதற்கு 'விளிம்பு சுடும் ஆயுத அமைப்பு' (Corner Shot Weapon System) என்று பெயர். இது துப்பாக்கியல்ல, துப்பாக்கியை இணைத்து பல்வேறு வசதிகளுடன் பயன்படுத்தும் கருவி என்பதால் ஆயுத அமைப்பு என்று அழைக்கப்படுகிறது.

மகாராஷ்டிராவின் புனே நகரத்தில் உள்ள டிஆர்டிஓ ஆய்வகமான போர்த்தளவாட ஆராய்ச்சி மற்றும் மேம்பாட்டு அமைப்பு (ARDE) இதை உருவாக்கியுள்ளது. எல்லை காக்கும் பாதுகாப்புப் படையினருக்கும், தீவிரவாத எதிர் நடவடிக்கையில் ஈடுபட்டிருக்கும் காவல்துறையினருக்கும் இந்த ஆயுதம் மிகவும் அத்தியாவசியமானது.

பாதுகாப்புப் படை வீரரை வெளிக்காட்டாமல் துல்லியமாக தாக்குதல் தொடுக்க சாத்தியப்படுத்துவதால், இந்த ஆயுதம் பாதுகாப்புப் படையினருக்குப் பலம் கூட்டும் முக்கிய போர்த் தளவாடம் எனலாம். அதிலும் உள்நாட்டுத் தொழில்நுட்பத்தில் ஆயுதம் உருவாகியிருப்பது கூடுதல் சிறப்பு.

03.04.2022

பொறியியல் கல்வி

தமிழகத்தில் பொறியியல் கல்வி: ஓர் அலசல்

- மயில்சாமி அண்ணாதுரை

விழுவது தோல்வியல்ல, விழுந்தவன் எழ மறுப்பதே தோல்வி என்பார்கள். ஆதியில் மிருகங்களில் தானும் ஒரு மிருகமாய் காடு, மலை, குகைகள் என இரை தேடியும், இனம் பெருக்கியும் வாழ்ந்தார்கள் நமது மூதாதை மனிதர்கள். பின்னொரு நாள் கல்லெடுத்து எறிந்து முயலையும், மானையும் கொன்று உண்ட மனிதனும், சிக்கி முக்கிக் கல்லெடுத்து தீ மூட்டி இரைச்சியைச் சுட்டுத் தின்னக் கொடுத்த மனுசியும் தன்னறிவு கொண்டு, இயற்கையைப் புரிந்து மற்ற மிருகங்களிலிருந்து விலகி ஒரு மேம்பட்ட வாழ்க்கைக்கு வழி கண்டார்கள். அப்படி அன்று ஆரம்பித்து இன்று நிலவில் இடம் தேடி நாளை செவ்வாய், புதன், வெள்ளி என்று வெளிக்கிரகங்கள் நோக்கிப் பயணிக்கத் துடிக்கும் மனிதனின் வளர்ச்சியை

“ஆதி மனிதன் கல்லை எடுத்து வேட்டையாடினான்
அடுத்த மனிதன் காட்டை அழித்து நாட்டைக் காட்டினான்
நேற்று மனிதன் வானிலேறித் தேரையோட்டினான்
இன்று மனிதன் வெண்ணிலாவில் இடத்தைத் தேடினான்
நாளை மனிதன் ஏழு உலகை ஆளப்போகிறான்”

என்று ஐந்து வரிகளில் கடந்து வந்த பாதையையும் எட்டப் போகிற உயரங்களையும் கண்ணதாசன் அழகாய்க் கோடிட்டுக் காட்டினார்.

மனித சமுதாயத்தின் இந்த அபரிமிதமான பரிணாம வளர்ச்சிக்குக் காரணம் தானே கண்டெடுத்த அறிவியல் தொழில்நுட்பம் கொண்டு மனிதன் தன் அறிவால் வளர்ந்ததும், தன் அறிவை வளர்த்ததுமாய்த் தொடர்ந்து வந்த தொடர் ஓட்டமே.

இந்திய மற்றும் உலக அறிவியல் தொழில்நுட்ப வளர்ச்சியில் தமிழகர்களின் பங்கு நாளுக்கு நாள் அதிகரித்து வருவதின் அடையாளங்கள் தான், நோபல் விஞ்ஞானிகளான சர்.சி.வி. இராமன், சந்திரசேகர், வெங்கட்ட்ராமன், எஸ்.எல்.வி கண்ட அப்துல் கலாம், பசுமைப்புரட்சி கண்ட எம். எஸ். சுவாமிநாதன், மின்னஞ்சல் கண்ட அய்யாதுரை, கூகுளின் சுந்தர் பிச்சை, சந்திரயான்-1, சந்திரயான்-2, மங்கள்யான், ஜி.எஸ்.எல்.வி, ஆதித்யா என்று இந்திய விண்வெளி ஆய்வுக் கழகத்தின் அனைத்துத் திட்டங்களிலும் சாதித்து வரும் தமிழர்கள் மற்றும் டிசிஎஸ், விப்ரோ, இன்ஃபோசிஸ் என்று பல தளங்களில் தனது திறமையால் உயர்ந்து வரும் பல ஆயிரம் தமிழ் இளைஞர்கள். இதனால் தமிழக அறி வியலாளர்களுக்கும் பொறியாளர்களுக்கும் உலகளாவிய வரவேற்பும் தேவையும் அதிகமாகி வருவது எனக்குத் தெரியும். அதற்கேற்ப அதிகமான பொறியாளர்களை உருவாக்கும் வண்ணம் ஐநூறுக்கும் மேற்பட்ட பொறியியல் கல்லூரிகள் தமிழகத்தில் உருவாகின.

இது வரை பல இலட்சம் பொறியியல் பட்டதாரிகளைத் தமிழகம் உருவாக்கியுள்ளது. ஒரு புள்ளி விவரச் செய்தியின் படி அமெரிக்கா எவ்வளவு பொறியியல் பட்டதாரிகளை உருவக்குகிறதோ அதே எண்ணிக்கையில் தமிழகமும் ஒவ்வொரு வருடமும் உருவாக்கி வந்திருக்கிறது. அதன் பயனாய் அறிவியல் தொழில் நுட்பத்தில் இந்தியாவிலேயே முன்னிலை மாநிலமாகத் தமிழகம் உருகியுள்ளது. இந்தச் சிறப்புக்களைக் கண்டு நாம் மகிழ முடியாதபடி செய்து விட்டன சமீபத்தில் நாம் பார்த்த சில செய்திகள்.

பல இலட்சம் பொறியிலாளர்களை உருவாக்கிய தமிழகத்தில் மூன்று வயதுச் சிறுவன் ஒருவன் கைவிடப்பட்ட ஆழ்துளைக் கிணறு ஒன்றில் விழுந்ததும் அந்தச் சிறுவனை உயிருடன் காப்பாற்ற முடியாமல் போனதைத் தொலைக் காட்சிகளில் கண்டு உலகளாவிய தமிழ்க் குடும்பங்கள் பரிதவித்தது எல்லாருக்கும் தெரிந்ததே. அதே மாதிரி சாக்கடையைச் சுத்தம் செய்யச் சென்ற தந்தையும் மகனும் விசவாயுவால் தாக்கப்பட்டு இறந்ததும் ஒரு நல்ல செய்தியல்ல. பொறியில் கல்லூரிகளில் இந்த வருடம் சேர்ந்த மாணவர்களின் எண்ணிக்கை வெகுவாகக் குறைந்து விட்டது என்பதும் மற்றொரு செய்தி.

இந்தச் செய்திகள் நமக்கு உணர்த்துவது, நமது தொழில்நுட்பம் தேவையான இடங்களில் நம்மைக் கைவிட்டு விட்டதோ என்பதாகவும் பொறியியல் கல்வியில் நமது இளைஞர்களின் நாட்டம் குறைந்து விட்டதோ என்பதாகவும் ஒரு பார்வையாளனாய் நமக்குத் தோன்றுவதைத் தவிர்க்க முடியாது என்பதாகும்.

ஒருபுறம் அறிவியல் தொழில்நுட்பம் செய்ய வேண்டியவையும், கடக்க வேண்டிய தூரமும் இன்னும் அதிகம் என்றிருக்கும் போது, மறுபுறம் பொறியியல் கல்வியில் மாணவர்களின் விருப்பம் குறைவது ஒரு மிகப்பெரிய விளைவை எதிர்வரும் காலத்தில் தமிழத்திற்கு உருவாக்கி விடுமோ என்ற அச்சத்தைக் கல்வியாளர்களிடம் உருவாக்கியுள்ளது.

இந்த நிலை மாற வழி ஏதும் உள்ளதா? பதிலில்லாக் கேள்விகளுமில்லை, தீர்வில்லாத பிரசினைகளும் இல்லை. கடந்த இரு மாதங்களில் தமிழகத்தில் உள்ள 500 பொறியியல் கல்லூரி மற்றும் 500 பாலிடெக்னிக்குகளின் முதல்வர்களையும், உயர்கல்வித் துறையின் ஏற்பாட்டின்படி மாணவர்களையும் சந்தித்துப் பேசும் வாய்ப்புக் கிடைத்தது. அதன் மூலம் அறிந்து கொண்டது, பொறியியல் கல்லூரியில் மாணவர்களின் சேர்க்கை குறைவுக்குக் காரணங்கள்,

- பொறியியல் கல்வியில் பல மாணவர்களுக்கு நாட்டம் குறைந்துள்ளது என்பதும்
- பொறியியல் பட்டதாரிகளுக்கு போதுமான வேலை வாய்ப்புகள் இல்லை என்ற செய்திகளும்
- பொறியியல் கல்லூரியின் தேர்வுகளில் கூட பல மாணவர்கள் தேர்வைடைய முடியாமல் போவது என்பதும்
- பத்திரிக்கை மற்றும் சமூக ஊடச் செய்திகளும் மேற்கண்ட காரணங்களுக்கு ஊட்டச் சத்தாகிறது என்பதுமாகும்.

இந்தக் காரணிகளுக்குப் பதிலாய் என்ன செய்யலாம்?

பள்ளிகளில் அறிவியல் மற்றும் பொறியியல் ஆய்வுக் கூடங்கள் மற்றும் கண்காட்சிகள் மூலம் மாணவர்களுக்குப் பொறியியல் துறையில் ஆர்வத்தைத் தூண்டுவது. கல்லூரியில் சேர்ந்த பின், தொழில் நிறுவனங்கள் எதிர்பார்க்கும் திறமைகளை மாணவர்கள் வளர்த்துக் கொள்ள விழிப்புணர்வும் வாய்ப்புக்களும் கொடுப்பது. அதற்காக 25000 பெரு, சிறு தொழில் நிறுவனங்களுடன் புரிந்துணர்வை ஏற்படுத்தி மாணவர்களை இரண்டு மற்றும் மூன்றாம் ஆண்டு விடுமுறை நாட்களில் அந்த நிறுவனங்களில் பயிற்சி பெற வைப்பது.

பொறியியல் பட்டதாரிகள் அனைவரும் பெரிய தொழில் நிறுவனங்களை மட்டும் நோக்கிச் செல்லாமல், வேறு பல வாய்ப்புக்களும் இருப்பதை உணர்த்துவது, உதாரணத்திற்கு, சிறு, குறு தொழில் நிறுவனங்களில் உள்ள வாய்ப்புக்களைக் காண்பிப்பது. உயர் படிப்பிற்குச் சென்று, பின் ஆராய்ச்சித் துறைகளில் உள்ள வாய்ப்புக்களைக் காண்பிப்பது. சுய தொழில் தொடங்கும் வாய்ப்புக்களை உணர்த்துவது. பாதுகாப்புத் துறையில் உருவாகி வரும் வாய்ப்புக்களைச் சுட்டிக் காட்டுவது.

வேளாண்துறையில் நிலத்தை விளைச்சலுக்குத் தயார் செய்வதிலிருந்து விளைபொருளைச் சேதாரம் ஏதுமின்றி தகுந்த மதிப்பீட்டில் சந்தைப் பொருளாக்குவது வரையிலுமான அனைத்து நிலைகளையும் நவீனப்படுத்தவும், நவீன விவசாயத்தில் ஈடுபடவும் தேவையான ஊக்குவிப்புக்களைக் கொடுப்பது, என்று வளரும் வாய்ப்புகளைப் பட்டியலிட்டு மாணவர்களுக்கும் அவர்களின் பெற்றோர்களுக்கும், ஊடகங்களுக்கும் சரியாகக் கொண்டு சேர்க்கும் பொழுது, பொறியியல் கல்வியின் முக்கியத்துவத்தையும், உரிய மதிப்பையும் சமுதாயத்தில் திரும்பக் கொண்டு சேர்க்க முடியும்.

பொறியியல் கல்வியின் உண்மை நிலையையும், வாய்ப்புகளையும் உணர்ந்து, விருப்பத்துடன் கல்லூரியில் சேரும் மாணவர்களிடம் கற்றல் மற்றும் கற்பித்தலில் காலத்திற்கேற்ப புதுமுறைகளைப் புகுத்தி, பொறியியல் படங்களை எல்லாம் செயல்முறையில் கற்பிக்க மற்றும் கற்க வைப்பது. தேர்வுகளில் வெற்றி பெற ஆங்கிலம் மற்றும், பொறியியல் கணிதத்திற்கு (Engineering Mathemetics) சிறப்புப் பயிற்சிகள் கொடுப்பது.

நமது மண்ணின் உள்ளார்ந்த அனுபவத்தையும் உலகளாவிய அனுபவத்தையும் ஆசிரியர் மற்றும் மாணவர்களுக்குக் கொடுப்பது. என்று செய்யும் தொடர்பணிகளால் திரும்பவும் பொறியல் கல்வியை நாட்டில் நாம் சிறப்பாக்கலாம்

ஆகஸ்ட் 2019

இந்தியா 2030 : மாணவர்களின் பங்கு

— மயில்சாமி அண்ணாதுரை

26, ஜனவரி 2020 குடியரசு தினத்தன்று, அடுத்த வரும் நாட்களில் இந்தியர்கள் அனைவரும் வீட்டையும், நாட்டையும் குறை கூறிக் கூவுவதை விட்டு விட்டு கலாமின் "கனவு"ப்படி அவரவரின் கடமைகளைச் சரிவரச் செய்தால், 2020ஐ ஒரு கனவு ஆண்டாக மாற்றி, 31 டிசம்பர் 2020 நாம் அனைவரும் கலாமின் கனவான வளர்ந்த இந்தியாவைக் கொண்டாடும் நாளாக மாற்றும் என்பதாய் ஒரு தினசரியில் எழுதியிருந்தேன். அரியலூர் அரசினர் பொறியல் கல்லூரியில் இதை முன்வைத்து, மாவட்ட ஆட்சித்தலைவர் மற்றும் காவல்துறைத் தலைவர் முன்னிலையில், ஆயிரம் மாணவர்கள் முன்னால், சுருக்கமாகப் பேசி அமர்ந்தேன்.

அவையில் இருந்த மாணவர்களில் ஒருவர் எழுந்து என்னிடம் கேட்ட கேள்வி, "ஐயா, உங்கள் பேச்சின் மூலம் எங்களுக்கு 2020 இல் இந்தியா வல்லரசு நாடுகளுக்கு இணையாகப் பொருளாதாரத்தில் முன்னேறிய பெரிய நாடாக உருப்பெறுவது என்பது ஒரு கனவல்ல, நம்மால் அடையக் கூடிய ஒரு இலக்கு தான் என்ற ஒரு நம்பிக்கையை

ஊட்ட முனைந்திருக்கிறீர்கள். அந்தப் பயணத்தில் இந்தியர்கள் ஒவ்வொருவருக்கும் ஒரு பங்கு உண்டு என்றும் சொன்னீர்கள். கேட்பதற்கு நம்பிக்கையாகவும், நன்றாகவும் உள்ளது. இருப்பினும் இப்போது இந்தக் கல்லூரியில் நான் ஒரு முதலாண்டு பொறியியல் பட்டப்படிப்பு மாணவன். நானும் என்னைப் போன்ற மாணவர்களும் இந்தியா ஒரு வல்லரசாக, உலக அளவில் முன்னேறிய நாடுகளில் ஒன்றாக வளருவதற்கு என்ன செய்ய முடியும்?"

அதுவரை அமைதியாய் அமர்ந்து, கேட்டுக் கொண்டிருந்த அவையில், ஏகோபித்த ஆரவாரக் கரகோஷம். அவர்கள் எல்லோருக்கும் பொதுவான கேள்வி அது என்ற ஆமோதிப்பின் அறிகுறியோ? மாவட்ட ஆட்சித்தலைவரும், மாவட்ட காவல் தலைவரும் என்னைப் பார்க்க, மாணவர்களின் ஆராவாரம் அடங்கிய பின், நான் எழுந்து ஒலிவாங்கியைக் கையிலெடுத்தேன்.

"நண்பர்களே! உங்கள் அனைவரின் ஒருமித்த கேள்வியாய் இதை எடுத்துக் கொள்கிறேன். அந்தக் கேள்வி எனது பேச்சின் சாரத்தை ஒத்துக் கொண்டு, அடுத்த நிலை நோக்கிய பயணத்தில் நீங்கள் ஒவ்வொருவரும் எப்படிப் பங்காற்ற வேண்டும் என்ற கேள்வியில் ஒரு மிகப் பெரிய மாற்றத்தையும், கூடுதலான பொறுப்பு உணர்வையும் நான் பார்க்கிறேன். மிக்க மகிழ்ச்சி".

"ஒவ்வொரு இந்தியனும் 2020இல் முன்னேறிய நாடு என்பதற்கான இலட்சியத்தை அடையும் பயணத்தில் பங்கெடுக்க வேண்டும். சிறுசிறு நீர்த் துளிகள் சேர்ந்துதான் பெரும் நதியாகும். சிறு செங்கற்கள் பல சேர்ந்து தான் ஒரு பலமான கட்டிடம் கட்டப்படுகிறது. அதில் எல்லாச் செங்கற்களும் முக்கியம். அதைப்போல் ஒவ்வொரு இந்தியரும் தத்தமது பங்கை ஒருங்கே செய்தால் எல்லோரின் பங்கும் ஒருங்கே சேர்ந்து இந்தியாவின் 2020 என்ற இலட்சிய இலக்கைத் தொட்டு 2030ஐ நோக்கி நாம் நம்பிக்கையுடன் பயணிக்க முடியும்"

"இப்போது உங்கள் கேள்விக்கு வருவோம். நீங்கள் ஒரு பொறியியல் பட்டப்படிப்பு மாணவனாக இருந்தாலும், உங்களுக்கும் உங்களைப் போன்ற மாணவர்களுக்கும் அந்தப் பயணத்தில் முக்கிய பங்கும், இடமும் உள்ளது. எனது கருத்துப்படி ஒரு பொறுப்புள்ள மாணவனாக, மகனாக, இந்தியக் குடிமகனாக வளர்ந்து தனது நட்பு மற்றும் சுற்றத்தில் ஒரு நேரடி பாதிப்பை உண்டு பண்ணும் ஒவ்வொருவரும் வளர்ந்த இந்தியாவின் ஒரு அங்கத்தினர் தான்."

ஒரு பொறுப்பான மாணவன் என்னும் போது, முதலில் தனது நேரம் மற்றும் கவனத்தின் பெரும் பகுதியைத் தனது படிப்பில் இருக்கும்படி பார்த்துக் கொள்ள வேண்டும். அதன் பொருள், நாள் முழுவதும் நீங்கள் உங்கள் பாடப்புத்தகங்களைப் படித்துக் கொண்டே இருப்பது அல்ல. மாறாக, கற்றலை ஒரு நல்ல மகிழ்வான நிலைக்கு எடுத்துச் சென்று, வாழ்நாள் முழுவதும் கற்றுச்சிறக்கும் நிலைக்கு உங்களையும் உங்களது செயல்களால் வீட்டையும் நாட்டையும் பெருமையுடன் அடுத்த நிலைக்கு நகரும் வண்ணம் செய்வதாகும்."

படிப்பை ஒரு மகிழ்வான அனுபவமாக்குவது எப்படி?

நானும் ஒரு காலத்தில் பொறியியல் மாணவனாக இருந்தவன் என்ற முறையிலும், எனக்கும் இன்றிருக்கும் இந்திய வளர்ச்சியில் ஒரு பங்கு இருக்கிறது என்பதாலும், இன்றும் கூட இன்னும் செய்ய வேண்டும் என்ற அக்கறை சேர்ந்த ஒரு ஆவல் என்னுள் தினம் தினம் தகித்துக் கொண்டிருப்பதாலும், உங்களிடம் நான் இன்று பேசுவது கூட அதன் ஒரு அங்கம் தான் என்பதாலும், எனது மாணவப் பருவ அனுபவத்தை உங்களிடம் பகிர்ந்து கொள்ளலாம் என நினைக்கிறேன்.

- மாலையில் தவறாது அன்று வகுப்பறையில் நடத்தப்பட்ட பாடங்களைப் படித்து மனதில் பதிய வைப்பேன்.
- அடுத்த நாள் வகுப்பில் நடத்தப்படவுள்ள பாடங்களைப் படித்துப் புரிந்து கொள்ள முயற்சிப்பேன்.
- சந்தேகங்கள் ஏதும் இருப்பின், குறித்து வைத்துக் கொள்வேன்.
- அடுத்த நாள் வகுப்பில் பேராசிரியர் பாடம் நடத்தும் போது எனக்கு அது இரண்டாம் முறை படிப்பது போலிருக்கும்.
- அவர் அப்படி நடத்தும் போது, முந்தைய நாள் மாலை வீட்டில் எனக்கு அந்தப் பாடத்தைப் படிக்கும் போது தோன்றிய கேள்விகளுக்குப் பேராசிரியரின் விளக்கத்தில் பதில் இருந்தால் குறித்துக் கொள்வேன்.
- பதில் கிடைக்கவிலை என்றால், நான் கண்டிப்பாக எழுந்து கேள்வி கேட்பேன்.
- நான் இப்படிக் கேள்வி கேட்பேன் என்பதற்காகவே, பேராசிரியர் அன்றைய பாடத்தையும் அது சார்ந்த மற்ற குறிப்புகளையும் படித்து வந்திருப்பார், அதனால், புன்னகையுடன் கேள்வியை எதிர்பார்த்திருந்தவராய் பதில் தருவார்.
- அன்று மாலை வகுப்பில் நடத்தப்பட்ட பாடத்தைப் படிக்கும் எனக்கு, அது மூன்றாவது முறையாகப் படிப்பதால் மனதில் சரியாகப் பதிந்து விடும்.

- இப்படிப் பாடப்புத்தகங்களைப் படிப்பதைத் தாண்டித் தினமும் குறிப்பிட்ட நேரத்தில் செய்தித்தாள் படிப்பதும், வானொலிச் செய்திகளைக் கேட்பதும், நூலகத்திலிருந்து எடுத்து வந்திருக்கும் புத்தகத்தில் சில பக்கங்களைப் படிப்பதும், எல்லாவற்றிற்கும் தொடக்கமாக தினமும் காலை உணவுக்கு முன் பகவத் கீதையில் இரு பக்கங்களைப் படிப்பதும் ஒரு வழக்கமாக இருந்தது.
- வகுப்புத் தேர்வுகளும், பொதுத் தேர்வுகளும் எழுதச் செல்லும் போது, நாட்டியத்தில் நன்கு பயிற்சி பெற்ற பெண் நாட்டிய மேடைக்கு மகிழ்ச்சியுடன் சென்று கைதொட்டு வணங்குவது போல், மகிழ்ச்சியுடன் சென்று எழுதி நல்ல மதிப்பெண்கள் பெற்றேன்.
- இந்தப் பழக்கம் எனக்கு இன்றும் தொடர்கிறது. பாடப் புத்தகங்களின் இடத்தை அறிவியல் தொழில்நுட்பம் மற்றும் இலக்கியப் புத்தகங்களும், வகுப்பறை மற்றும் தேர்வு வளாகங்களின் இடத்தை, அறிவியல் கருத்தரங்குகளும், பள்ளி, கல்லூரி மேடைகளும் எடுத்துக் கொண்டிருக்கின்றன, மற்றபடி எனது வாழ்க்கை இன்றும் ஒரு மாணவனின் வாழ்க்கையாக என்னைத் தினம் தினம் புதுப்பித்துக் கொள்ள உதவுகிறது.
- அன்று எனது தம்பி தங்கைகள் என்னைப் பார்த்து அது போல் மாறினார்கள், இன்று எனது மகன், நாளை என் பேரன் அந்த வழியில் பயணிப்பார்கள்."

என்று பேசிய நான், எனது பதிலை இப்படி முடித்தேன், "எனது அனுபவம் சொல்வது, மாணவப் பருவம் ஒவ்வொரு மனிதனின் வாழ்விலும் அவன் பின்னாளில் யார் என்பதை நிர்ணயிக்கும் ஒரு முக்கியமான கட்டம். அதுவும் 2020 என்ற இந்தியாவின் கனவு வருடத்தில் இந்தியாவில் மாணவர்களாக இருக்கும் நீங்கள் ஒவ்வொருவரும் வளர்ந்த இந்தியாவின் நுழைவாயிலில் நிற்கிறீர்கள். வரும் காலங்களில் நமது இந்திய நாட்டில், அதுவும் முக்கியமாகத் தமிழ்நாட்டில் உருவாகப்போகும் மிகப் பெரிய வாய்ப்புகளைப் பயன்படுத்திக் கொள்ளவும், அதற்குத் தகுதியானவர்களாக உங்களை மாற்றிக் கொள்ளவும் இன்றைய மாணவப் பருவம் தான் உகந்தது என்பதை இந்தத் தருணத்தில் உணர்ந்து அதற்கான செயல் வடிவத்தை இன்று மாலையே ஆரம்பியுங்கள்.

அரியலூர் மாவட்டம், விளாங்குடி அண்ணா பல்கலை கழக பொறியியல் கல்லூரியில் மாணவ மாணவியர்களிடையே கல்வியை ஊக்குவிக்கும் கருத்தரங்கம் முன்னாள் இந்திய விண்வெளி ஆய்வு மை இயக்குநர் திரு.மயில்சாமி அண்ணாதுரை அவர்கள் முன்னிலையில், மாவட்ட ஆட்சித்தலைவ திருமதி.த.ரத்னா, இ.ஆ.ப., அவர்கள் தலைமையில் நடைபெற்றது. உடன், மாவட்ட காவல் கண்காணிப்பாள திரு.வி.ஆர்.சீனிவாசன் அவர்கள் உள்ளார்.

இன்றைய நிலையில் எந்த ஒரு தொழில்நுட்பமும், அதைச் சார்ந்த துறைகளும் சில ஆண்டுகளில் மாறிவிடுகின்றன. எனவே நாம் நம்மைப் புதுப்பித்துக் கொண்டே இருக்க வேண்டும். அதன் பொருள், வாழ்நாள் முழுதும் கற்றல் என்பதாகும். ஆக வாழ்வில் மகிழ்ச்சியாய் இருக்க, வாழ்நாள் முழுமைக்கும் கற்றல் மகிழ்வாக இருக்க வேண்டும் என்பதால், இன்றே அதை வழக்கப்படுத்திக் கொள்ளுங்கள். அற்புதமான உங்களின் மாணவப் பருவத்தை, சமூக வலைதளங்களில் தொலைத்து விடாதீர்கள்.

நமக்கே நமக்காய், சுந்தர் பிச்சைகளும், இந்திரா நூயிகளும், வெங்கட்ராமன் ராமகிருஷ்ணன்களும், பால் ஆரோக்கியராஜ்களும் நிறைய நிறையத் தேவை. உங்களுக்கான அந்த இடம் நோக்கிய பயணத்தில் இன்றே உங்களை இணைத்துக் கொள்ளுங்கள்.

வளர்ந்த இந்தியாவின் மாணவர்கள் நாங்கள் என்ற பெருமையும், 2030இல் இன்னும் இன்னும் நாங்களும் நாடும் ஒன்றாய் உயர்ந்து உலகப் பொருளாதாரத்திலும், அமைதியிலும், சிறப்பாக வாழத் தகுதி பெற்ற நாடுகளில் முக்கிய இடத்தை நமது நாட்டிற்குப் பெற்றுத்தர ஒரு சங்கல்பத்தை எடுங்கள். உங்களின் எதிர்காலப் பயணத்திற்கு எனது வாழ்த்துகள்" என்று கூறி அமர்ந்தேன்.

ஆண்களும் பெண்களுமாக கைதட்டி ஆமோதித்த அவர்களின் கண்களில் தெரிந்த ஒளியில் நான் பார்த்தது, 2020இல் நாம் அடைந்த இலக்குகளைக் கடந்து, வரும் காலங்களில் இந்தியாவும் இந்தியரும் தொடப்போகும் உயரங்களுக்கான நம்பிக்கை நட்சத்திரங்களோ?!

21.07.2020

விஞ்ஞானி ஆகலாமா?

- வி.டில்லிபாபு

ஏவுகணைச் சோதனையாகட்டும், செவ்வாய்க் கோளுக்கு விண்வெளி ஓடம் செலுத்தியதாகட்டும், நாடே மகிழ்ந்து அறிவியலாளர்களைக் கொண்டாடுவதைக் கண்டு உங்களுக்குள்ளும் அறிவியலாளராகும் கனவு துளிர் விட்டிருக்கலாம். எப்படி அறிவியலாளராவது?

இந்தியாவில் அரசுத்துறைகளில் உள்ள பல ஆராய்ச்சி நிறுவனங்கள் தேசிய முக்கியத்துவம் வாய்ந்த ஆய்வுப்பணிகளில் ஈடுபட்டிருக்கின்றன. தனியார் ஆராய்ச்சி நிறுவனங்களும் இத்துறைகளில் வளர ஆரம்பித்திருக்கின்றன.

இஸ்ரோ

சந்திரயான், மங்கள்யான் உள்ளிட்ட விண்வெளிச் சாதனைகளைப் படைத்தது இந்திய விண்வெளி ஆய்வு நிறுவனம் (ISRO). தமிழ்நாட்டில்

மகேந்திரகிரியில் உள்ள உந்துசக்தி வளாகம் உள்ளிட்ட 13 ஆய்வு மையங்களை உள்ளடக்கியது இஸ்ரோ. இயற்பியல், வேதியியல், இயந்திரப் பொறியியல், மின்னியல், கட்டிடவியல், கருவியியல், மின்னணுவியல், கணினி அறிவியல், உலோகவியல், விண்வெளிப் பொறியியல் உள்ளிட்ட துறைகளில் இளநிலை (அறிவியல் தவிர), முதுநிலை, முனைவர் பட்டம் பெற்றவர்கள் இஸ்ரோ நிறுவனத்தில் அறிவியலாளராக விண்ணப்பிக்கலாம்.

திருவனந்தபுரத்தில் உள்ள இந்திய விண்வெளி அறிவியல் மற்றும் தொழில்நுட்ப நிறுவனம் (IIST), இந்திய விண்வெளித் துறையில் இயங்கும் நிகர்நிலைப் பல்கலைக்கழகம். இங்கு விண்வெளிப் பொறியியல், மின்னணுத் தொடர்பியல் ஆகிய இரண்டு பொறியியல் பட்டப் படிப்புகள் வழங்கப்படுகின்றன. இங்கு பொறியியல் பட்டம் பெறுவது இஸ்ரோ நிறுவனத்துக்கான நுழைவுச் சீட்டாகவே நம்பப்படுகிறது. பொறியியல் துறையில் பட்டமேற்படிப்பு, முனைவர் பட்டப்படிப்புகளும் இங்கு வழங்கப்படுகின்றன.

டி.ஆர்.டி.ஓ.

இந்தியப் பாதுகாப்பு ஆராய்ச்சி மற்றும் மேம்பாட்டு நிறுவனம் (DRDO), ஐம்பதுக்கும் மேற்பட்ட ஆய்வகங்களைக் கொண்டது. போர் விமானம், ஏவுகணைகள், இராணுவப் பீரங்கிகள், வெடிபொருட்கள், மருத்துவம், கடல்சார் ஆய்வு உள்ளிட்ட பல்துறை ஆய்வுகளில் இந்நிறுவனம் ஈடுபட்டுள்ளது.

கணிதம், புவியியல், வேதியியல், இயந்திரப் பொறியியல், மின்னியல், கட்டிடவியல், மின்னணுத்தொடர்பியல், கணினி அறிவியல், உலோகவியல், விமானவியல், விண்வெளிப் பொறியியல், மருத்துவப் படிப்புகளைப் படித்தவர்கள் அறிவியலாளராக வாய்ப்புகள் உண்டு. முனைவர் பட்டம் பெற்றவர்கள் நேரடியாக மூத்த அறிவியலாளராக விண்ணப்பிக்கலாம்.

பூனாவில் உள்ள இராணுவ உயர் தொழில்நுட்ப நிறுவனம் (DIAT) பாதுகாப்புத் துறை தொடர்பான முதுநிலை, முனைவர் பட்டப் படிப்புகளை வழங்கி வருகிறது. ஏவுகணை, ஆளில்லா விமானம், போர்க்கப்பல், சைபர் பாதுகாப்பு, வெடிபொருட்கள் உள்ளிட்ட பல இராணுவத் தொழில்நுட்பங்கள் இங்கே கற்பிக்கப்படுகின்றன.

அணுசக்தித்துறை

கல்பாக்கம், இந்திரா காந்தி அணு ஆய்வு மையம் உள்ளிட்ட ஆறு அணுசக்தி ஆய்வு நிலையங்கள் இந்தியாவில் செயல்பட்டு வருகின்றன.

இயற்பியல், வேதியியல், உயிரி அறிவியல், புவியியல், புவியியற்பியல், கதிரியக்கவியல் ஆகிய துறைகளில் முதுநிலை, முனைவர் பட்டம் பெற்றவர்களும் மின்னியல், கட்டிடவியல், கருவியியல், மின்னணுவியல், கணினி, உலோகவியல், அணுத் தொழில்நுட்பம், இயந்திரப் பொறியியல் ஆகிய துறைகளில் இளநிலை, முதுநிலை, முனைவர் பட்டம் பெற்றவர்களும் அணுசக்தித் துறையில் அறிவியலாளர் ஆகலாம்.

மும்பையில் ஹோமி பாபா தேசிய நிறுவனம் என்ற நிகர்நிலைப் பல்கலைக்கழகம் உள்ளது. இந்நிறுவனத்தின்கீழ் உள்ள பாபா அணு ஆராய்ச்சி மையம், கல்பாக்கத்திலுள்ள இந்திரா காந்தி அணு ஆராய்ச்சி மையம் உள்ளிட்ட 10 நிறுவனங்களில் அணுசக்தித் தொழில்நுட்பம் சார்ந்த மேற்படிப்புகளைப் படிக்கலாம்.

பொறியியல் பட்டமேற்படிப்பு, அறிவியல், பொறியியல் துறைகளில் முனைவர் பட்டம், மருத்துவத் துறையில் பட்ட மேற்படிப்பு, முனைவர் பட்டப் படிப்புகள் இங்கு உள்ளன. துணை மருத்துவத்துறை சார்ந்த பட்டயப் படிப்புகளும் முதுநிலைப் பட்டயப் படிப்புகளும் உண்டு.

இந்திய அறிவியல், தொழில்நுட்பத்துறை

அறிவியல் மற்றும் தொழில்துறை ஆராய்ச்சி சபையின் கீழ் (CSIR) 38 தேசிய ஆய்வுக்கூடங்கள் உள்ளன. இந்த ஆய்வகங்களில் தலைவலி மருந்திலிருந்து பயணிகள் விமானம் வரை பல்வேறு ஆராய்ச்சிகள் நடைபெற்று வருகின்றன.

சென்னை அடையாறு பகுதியில் அமைந்துள்ள 'மத்திய தோல் ஆராய்ச்சி நிறுவனம்' (CLRI), தரமணியில் உள்ள 'கட்டமைப்புப் பொறியியல் ஆராய்ச்சி மையம்' (SERC), காரைக்குடியிலுள்ள 'மத்திய மின்வேதியியல் ஆராய்ச்சி மையம்' (CECRI) ஆகியவை சி.எஸ்.ஐ.ஆர். நிறுவனங்களே.

விண்வெளி இயற்பியல், கடலியல், வேதியியல், மருந்துப் பொருட்கள், மரபணுவியல், உயிரி தொழில்நுட்பம், நானோ தொழில்நுட்பம், விமானவியல், சூழலியல், தகவல் தொழில்நுட்பம் உள்ளிட்ட பல

துறைகள் சார்ந்த ஆய்வுகளில் ஈடுபட்டுள்ளது சி.எஸ்.ஐ.ஆர். இவை தொடர்பான படிப்புகளைப் படித்தால் இந்நிறுவனத்தில் அறிவியலாளர் ஆகலாம்.

அறிவியல், புதுமை ஆய்வு கல்விக் குழுமம் (AcSIR) என்ற தேசிய முக்கியத்துவம் பெற்ற கல்வி நிலையத்தை உருவாக்கியுள்ளது சி.எஸ்.ஐ.ஆர். இதன் மூலம் இயற்பியல், உயிரியியல், வேதியியல், கணிதம், தகவல் தொழில்நுட்பம், பொறியியல் துறைகளிலும், ஒன்றுக்கு மேற்பட்ட துறைகளிலும் (Inter disciplinary) பட்டயப் படிப்புகளையும், பட்ட மேற்படிப்பும், ஆய்வுப் பட்டங்களும் பெறலாம். சி.எஸ்.ஐ.ஆர். ஆய்வகங்களே கல்வி நிலையங்களாகச் செயல்படுவது கூடுதல் சிறப்பு.

உயிரித் தொழில்நுட்பம், மருத்துவம், வேளாண்மை ஆராய்ச்சி

உயிரித் தகவலியல், உயிரி மருந்தியல் ஆகிய துறைகளில், டி.என்.ஏ. கைரேகை, அறுதியிடல் மையம் (Center for DNA Finger-printing and Diagnostics) உள்ளிட்ட நிறுவனங்கள் மூலம் உயிரித் தொழில்நுட்பத் துறை முக்கிய ஆராய்ச்சிகளை முன்னெடுத்து வருகிறது. இவை தொடர்பான படிப்புகளில் சேர்ந்தால் இத்துறையில் அறிவியலாளர் ஆகலாம்.

வேளாண்மை, தோட்டக்கலை, மீன் வளம், விலங்கியல் தொடர்பான ஆய்வுகளை மேற்கொண்டு வருகிறது இந்திய வேளாண்மை ஆராய்ச்சி சபை (ICAR). இந்த அமைப்பு 101 ஆராய்ச்சி நிலையங்களையும் 71 வேளாண் பல்கலைக்கழகங்களையும் உள்ளடக்கியது. இவை தொடர்பான பாடப் பிரிவுகளைப் படித்தால் இத்துறையில் அறி வியலாளராகலாம்.

மருத்துவம், ஊட்டச்சத்து, மரபு மருத்துவ முறைகள் ஆகியவற்றில் ஆராய்ச்சிகளை மேற்கொண்டு வருகிறது இந்திய மருத்துவ ஆராய்ச்சி சபை (ICMR). உயிரியல், மருத்துவத்துறையில் முதுநிலைப் பட்டம் பெற்றவர்களுக்கு அறிவியலாளராக வாய்ப்புகள் உண்டு. இது தவிரக் கால்நடை வளர்ப்பு, பால், மீன்வளம் ஆகிய துறைகளிலும் துறைசார்ந்த கல்வித் தகுதி உடையவர்கள் அறிவியலாளர் ஆகலாம்.

வானிலை ஆராய்ச்சி

புயல் எச்சரிக்கைச் செய்திகளை முன்னறிந்து சொல்லும் வானிலை அறிவியலாளர்கள் உயிர்களையும் பயிர்களையும் காக்கும் அரும்பணி புரிகின்றனர். கணிதம், இயற்பியல், வானிலையியல், வளிமண்டல அறிவியல் ஆகிய துறைகளில் முதுநிலைப் பட்டம் பெற்றவர்கள், மின்னணு கருவியியல் பொறியாளர்களும் வானிலை அறிவியலாளராகத் தகுதியுடையவர்கள்.

இவை தவிரச் சூழலியல், துருவப்பகுதி, கடல் ஆராய்ச்சி, நிலநடுக்க ஆய்வுப் பணிகளில் ஈடுபட்டுள்ள இந்திய அரசின் புவி அறிவியல் அமைச்சகத்தின் நிறுவனங்களில் அறிவியலாளராக இவை சார்ந்த அறிவியல் பிரிவுகளில் படிக்க வேண்டும்.

பிற துறைகளில் அறிவியலாளர்

மத்திய அரசின் பொதுத் துறை நிறுவனங்களின் ஆராய்ச்சித் துறைகளிலும், ஐ.ஐ.டி. உள்ளிட்ட உயர்கல்வி நிறுவனங்களிலும் பல்கலைக்கழகங்களிலும் பேராசிரியராகச் சேர்ந்தும் ஆராய்ச்சிப் பணிகளில் ஈடுபடலாம். விண்வெளி, விமானவியல், மருந்தியல் ஆகிய பல்வேறு துறைகளில் தனியார் ஆய்வுக்கூடங்கள் இயங்கி வருகின்றன. இந்நிறுவனங்களிலும் அறிவியலாளராகப் பணியாற்ற வாய்ப்புகள் உண்டு.

உங்களுடைய விஞ்ஞானி ஆகும் கனவு விரைவில் மெய்ப்பட வாழ்த்துகள்!

02.07.2019

(மேலும் விரிவான தகவல்கள் வி.டில்லிபாபு எழுதிய ‘அடுத்த கலாம்: விஞ்ஞானி ஆகும் வழிகள்’ நூலில் கொடுக்கப்பட்டுள்ளன)

செயற்கை நுண்ணறிவு

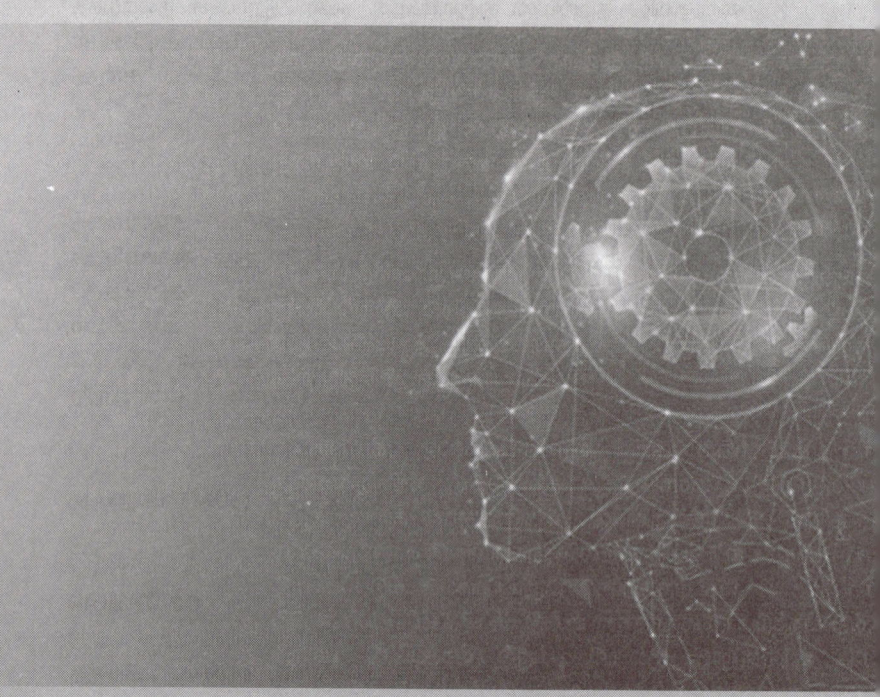

சிந்திக்கும் எந்திரன்!

- வி.டில்லிபாபு

வளர்ப்பு நாய்களைப் பார்த்திருப்பீர்கள். உட்கார் என்றால் உட்காரும். சொன்னால் கைகுலுக்கும். நம் கட்டளைகளுக்குக் கீழ்ப்படிந்து அப்படியே செய்யும். வீட்டிற்குப் புதிதாக நமது நண்பர்கள் வந்தால் குரைக்கும். நண்பர்கள் அடிக்கடி வருவது பழகிப்போனால் வாலாட்டும். வா, போ என சிறு கட்டளைகளுக்குக் கீழ்ப்படியத் துவங்கிய நாய், நட்பு பாராட்டும் நண்பர்களைப் படிப்படியாக அடையாளம் கண்டு அவர்களை வீட்டுக்குள் அனுமதிக்கவும் கற்றுக்கொள்கிறது. ஐந்தறிவு ஜீவனான நாய் இப்படி கற்றுத்தெளிவது நமக்கு ஆச்சரியம் ஏற்படுத்தலாம். எந்திரங்களுக்கு இப்படி கற்றுக்கொடுத்து நம்மால் பழக்க முடியுமா? முடியும்! அந்த அறிவியல் தான் செயற்கை நுண்ணறிவு (Artificial Intelligence).

எந்திரக் கற்றல்

மனிதர்களுக்கு மட்டுமே கைவந்த கலையான கற்றுக்கொள்வதையும் சிந்திப்பதையும் எந்திரங்களுக்குள் புகுத்தும் முயற்சிகள் 1950 களில் முக்கியத்துவம் பெறத் துவங்கின. கூட்டல் கழித்தல் எனக் கட்டளைகளுக்குக் கீழ்ப்படியும் கணக்கியில் (அட கால்குலேட்டர் தான்!) துவங்கி, சதுரங்க விளையாட்டில் எதிராளியின் காய் நகர்த்தலை கவனித்துச் சாதுர்யமாக முடிவெடுக்கும் கணிப்பொறி (இதுவே எந்திரக்கற்றல்! Machine Learning) வரை முயற்சி விரிந்தது. உலகின் முன்னணி செஸ் வீரர்களை மனிதர்கள் உருவாக்கிய கணிப்பொறிகள் தோற்கடிக்கத் தொடங்கியது செயற்கை நுண்ணறிவின் பலத்தைப் பறைசாற்றியது.

மனித மூளை எப்படி யோசித்து படிப்படியாக முடிவுக்கு வருகிறது என்பதை நிரலாக (Program) கணிப்பொறியில் பொதிந்தால் அது சிந்திக்கத் துவங்கும். இப்படி எளிமையாக சிந்திக்கத் துவங்குகிற கணினிக்கு புதிய தகவல்களையும் (data) வரலாற்றுத் தகவல்களையும் (legacy data) தந்தால் அது சிறப்பாக முடிவெடுக்கும். கூடவே அதற்கு கால்குலஸ் உள்ளிட்ட உயர்கணிதங்களைச் சொல்லிக்கொடுத்தால், மலைமலையாய் தகவல்களை அள்ளிக்கொடுத்தாலும் அது ஆராய்ந்து அற்புதமாக முடிவெடுக்கும். அப்படி எடுக்கப்படும் முடிவுகள் மனித மூளையை விட அபாரமாக இருக்கும்.

ரயிலில் காத்திருப்புப் பட்டியலில் இருக்கிற நம் பயணச்சீட்டு உறுதியாகுமா என்பதை நாம் கணிப்பதை விட, செயற்கை நுண்ணறிவு பொதியப்பட்ட கணினி சுலபத்தில் கணித்து விடும். கடந்த பத்தாண்டுகளில் பயணச்சீட்டு உறுதியாகியிருக்கிறதா என்பதில் துவங்கி, தேர்தல், திருவிழாக் கூட்டம் என எல்லா காரணிகளையும் கிரகித்து கணினி முடிவுகளைச் சொல்லும்.

அடுத்த சுனாமி எப்போது? பொருளாதார வளர்ச்சி எந்தக் கண்டத்தில் அதிகமாகும்?, கடலின் எந்தப்பகுதியில் அடுத்த ஆண்டு மீன்கள் அதிகமிருக்கும், எந்தக் கேள்விகள் ஆண்டு இறுதித்தேர்வில் கேட்கப்படலாம்(!) எனப் பல விஷயங்களை கணிக்கலாம். எந்த மொழியையும் புரிந்து கொண்டு பதிலளிக்கிற முடிவெடுக்கிற எந்திரர்கள் (Humanoids) பெருகலாம். கைபேசி முதல் மீக்கணினிகள் (Super Computer) வரை சாத்தியப்பட்டிருக்கிற அசுர கணிப்பு வேகம், செயற்கை நுண்ணறிவுத் துறையின் எதிர்காலத்தை இன்னும் பிரகாசமாக்கியிருக்கிறது.

30.12.2019

செயற்கை நுண்ணறிவு: சில புரிதல்கள்

- வி.டில்லிபாபு

செயற்கை நுண்ணறிவு என்றாலே ஏதோ நடமாடும் மனித ரோபோட் என்று புரிந்து கொள்ளப்படுவதும் உண்டு. நடமாடும் மனித ரோபோட் செயற்கை நுண்ணறிவின் உச்சம். ஆனால் அது மட்டுமே செயற்கை நுண்ணறிவு அல்ல.

செயற்கை நுண்ணறிவின் வடிவம்?

உங்களுக்குத் தெரியுமா? நமது கைபேசியில் நாம் பயன்படுத்தும் டிஜிட்டல் உதவியாளர்கள் சிரி, அலெக்ஸா எல்லாம் செயற்கை நுண்ணறிவின் படைப்புகளே. தேடு பொறி கூகுள் ஒரு சிறந்த செயற்கை நுண்ணறிவு உதாரணம். கூகுள் தளத்தில் நாம் எழுத்துக்களைத் தட்டச்சு செய்யும் போதே, பல வார்த்தைகளை விருப்பத்தெரிவுகளாக (Options) கொடுக்கும். வெறுமனே தட்டச்சு எந்திரமாக இருக்காமல், நாம் என்ன தேட எத்தனிக்கிறோம் என்று கணிக்க முயற்சிக்கும் கூகுள். கூடவே சமீபத்தில் தேடப்பட்ட தலைப்புகளை தன் நினைவிலிருந்து

தரும். அது தவிர கூகுளை இந்தியாவில் பயன்படுத்தினால் இந்தியா சார்ந்த தகவல்களை பட்டியலிடும். இப்படிப் புவியியல் சார்ந்தும் இயங்கும். கூகுளுக்கு மனித வடிவம் கிடையாது. ஆனால் அது செயற்கை நுண்ணறிவு எந்திரம். ஆக எல்லா செயற்கை நுண்ணறிவு எந்திரங்களும் ரோபோட் போல நடக்க வேண்டியதில்லை.

அடுத்த தளத்தில் கூகுள்

கணிப்பொறியைத் தட்டச்சு எந்திரமாக நாம் பயன்படுத்தும் போது நாம் எந்த எழுத்தை அழுத்துகிறோமோ அந்த எழுத்து மட்டும் தான் திரையில் தோன்றும். ஆனால் கூகுள் தளத்தில் நிலை வேறு. தனக்குத் தரப்படும் தகவல்களைக் கொண்டு அது அடுத்த கட்டத்துக்கு நகர்கிறது. இப்படிக் கட்டளைகளைத் தாண்டி தனக்கு வரும் தகவல்களைக் கொண்டு தனது செயல்பாடுகளை மேம்படுத்தி அடுத்த தளத்துக்கு நகர்பவை செயற்கை நுண்ணறிவு எந்திரங்கள்.

கணிப்பொறியா செயற்கை நுண்ணறிவு?

செயற்கை நுண்ணறிவு என்றால் தோன்றும் இன்னொரு பிம்பம் கணிப்பொறி. செயற்கை நுண்ணறிவு கணிப்பொறியியல் துறையின் ஒரு பிரிவாகத் துவங்கினாலும் தற்போது பல துறைகளில் பரந்து விரிந்திருக்கிறது.

சுயமாக ஓட்டிக்கொள்ளும் கார் (Seld driving car) செயற்கை நுண்ணறிவின் இன்னொரு உதாரணம். ஓட்டுநர் இல்லாமல் எப்படி இந்த வகை வாகனங்கள் இயங்குகின்றன? மனித நுண்ணறிவு கட்டளைகளாக மென்பொருளில் பொதியப்பட்டு அதன் மூலம் வாகனம் இயக்கப்படும். மென்பொருள் கொடுக்கும் கட்டளைகளின் படி எஞ்சின், பிரேக், ஸ்டியரிங் சக்கரம் இவை எல்லாம் கட்டுப்படுத்தப்படும். வலப்பக்கம் திரும்பு இடப்பக்கம் திரும்பு போன்ற அடிப்படைக் கட்டளைகளைக் கொண்டு ஆளில்லாத மைதானத்தில் வாகனம் ஓட்டலாம். இது ஒரு நிலை. இதைத் தாண்டி வாகனத்தை, போக்குவரத்துள்ள சாலையில் ஓட்ட என்ன செய்ய வேண்டும். வாகனத்தில் காமிரா, ரேடார் பொருத்தி பிற வாகனங்களை அறியும் நுண்ணறிவை புகுத்த வேண்டும். சாலையைக் கடக்கும் பள்ளிச்சிறுமியை அடையாளம் கண்டு வாகனத்தை நிறுத்த அதை பழக்க வேண்டும்.

ஞானம் பெற்ற எந்திரம்

வலப்புறம், இடப்புறம் என்று முன் கூட்டியே கொடுக்கப்பட்ட கட்டளைகளைத் தாண்டி, சமிக்ஞை காட்டாமல் திரும்பும் ஆட்டோவை

உடனடியாகக் கண்டுணர்ந்து மோதாமல் தவிர்க்க வேண்டும். போக்குவரத்து நெரிசல் மிகுந்த சாலைகளைத் தவிர்த்து நகரத்தின் வரைபடம் காட்டும் அப்போதைய பாதைகளில் பயணித்து மிக சீக்கிரமாக சேர வேண்டிய இடத்தைச் சென்றடைய வேண்டும். இது செயற்கை நுண்ணறிவு.

கணிப்பொறியோடு சேர்த்தறியப்படுகிற செயற்கை நுண்ணறிவு, எந்திரப்பொறியல் துறை சார்ந்த வாகனங்களின் உருவத்திலும் வலம் வருகிறது. இனிமேல் செயற்கை நுண்ணறிவு என்றால் கணிப்பொறி ஞாபகத்துக்கு வராமல் போக்குவரத்து வாகனங்களின் உருவம் மனத்திரையில் தோன்றலாம்!

06.01.2020

மக்கள் தொழில்நுட்பங்கள்

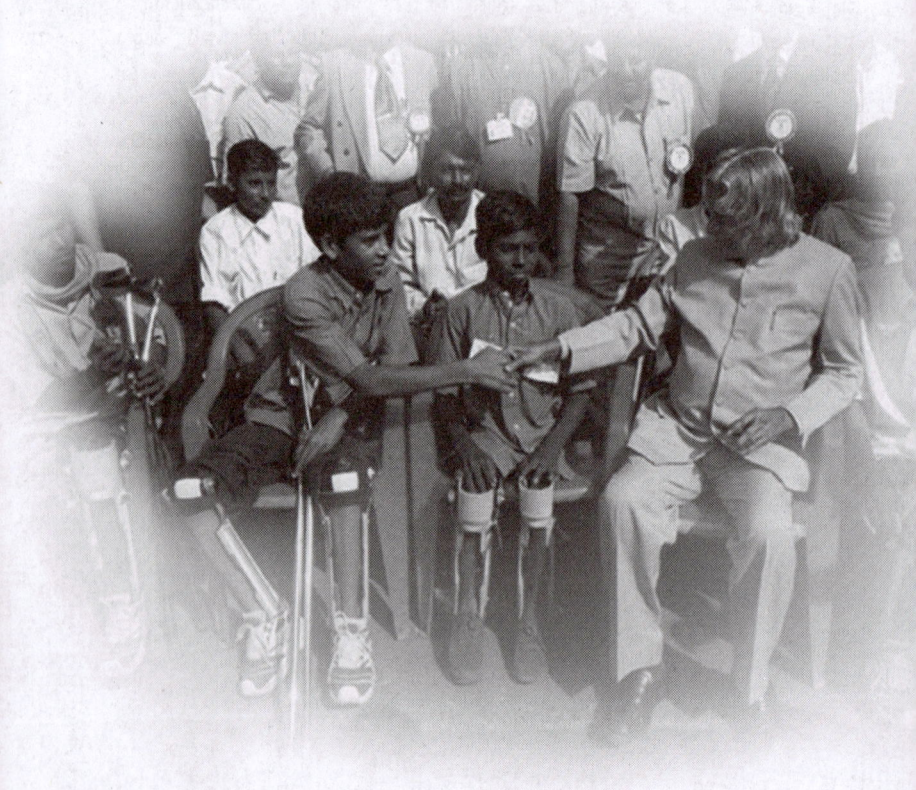

இயற்கைப் பேரழிவும் அறிவியலாளர்களுக்கான அறைகூவலும்

- மயில்சாமி அண்ணாதுரை

இயற்கைச் சீற்றங்களைக் கண்டு பயந்த மனிதன் நிலம், நீர், நெருப்பு, காற்று, வானம் என்ற ஐம்பூதங்களையும் கடவுள்களாய் கணித்து வணங்கி வாழ்த்தி வாழ்ந்தான். மனிதர்களின் இந்தப் போக்கைக் கடந்து, இயற்கையின் போக்கை அறிவதும், அதை அறிவின் துணையுடன் மனித குலத்திற்கு உதவியாய் மாற்றுவதும் அறிவியலாளர்களின் பணியும் கடமையுமாய் அமைந்தது.

அந்த வழியில் பயணித்து, நிலத்தைத் தனது வாழ்விடத்திற்கும், பசியாற்றும் தானியங்கள், பழம் காய்கள் விளைவிக்கவும், காற்று மற்றும் நீரின் தன்மை பற்றி அறிந்து கப்பலில் பயணிக்கவும், காற்றையும் அதன் திறனையும் ஆய்ந்தறிந்து கற்றதின் துணையுடன் வானில் பறந்து பயணிக்கவும், நெருப்பைப் பற்றிய புரிதல் மூலம் தான் உண்ணும் உணவைச் சமைப்பது முதல், உலோகங்களை உருக்கி சாதனங்கள் செய்வது, மின் சக்தியை உற்பத்தி செய்வது

என நெருப்பை மனித சமுதாயத்திற்கான பலப்பல தேவைகளுக்குப் பயன்படுத்தவும், வானியல் தேர்ந்து விண்வெளிப் பயணங்களின் மூலம் சமுதாயப் பணிகளுக்குச் செயற்கைக் கோள்கள் மூலம் செயல்முறைகள் கண்டதும் நாம் அறிந்தவையே.

நீர், நிலம், நெருப்பு, காற்று, வானம் என்ற இயற்கையின் ஐம்பூதங்களையும் தனக்கே தனக்காய் பயன்படுத்தி வரும் மனித சமுதாயத்திற்கு, சமீபத்தில் தமிழகத்தை உலுக்கிப்போட்ட காஜா புயலும், அமெரிக்காவில் கலிஃபோர்னியாவை வதைத்த காட்டுத்தீயும் இயற்கை விடுத்திருக்கும் அடுத்தடுத்த சவால்களின் இரு முகங்கள்.

இந்தச் சவால்களை இறைவனின் சாபம் என ஒரு சாரார் கூற, புயலும், நெருப்பும் மனித சமுதாயத்திற்கு ஏற்படுத்திய பாதிப்புக்களை அரசு சார்ந்த நிறுவனங்களும், சமூக சேவை நிறுவனங்களும் சரி செய்ய முயற்சிக்கின்றன. இது அடுத்த கட்ட அறிவியல் தொழில்நுட்பக் கண்டறிதலுக்கு ஓர் அறைகூவல் என்பதாய் நான் உணர்கிறேன்.

சென்ற நூற்றாண்டில் காலரா, அம்மை, பிளேக் போன்ற தொற்று நோய்களால் பல இலட்சம் மக்கள் இறந்த போதும் கூட இப்படிப்பட்ட சூழல் உருவானதை இங்கே நாம் நினைவுகூர்வது மிகவும் பொருந்தும். பொதுமக்கள் சாமிகளைக் கும்பிட்டனர், அரசு நிறுவனங்கள் பாதிக்கப்பட்ட குடும்பத்தினருக்கு இழப்பைச் சரிசெய்ய பெரும் பணம் செலவிட்டன,

அறிவியலாளர்களால் அப்போது ஏற்படுத்தப்பட்ட அறிவியல் தொழில்நுட்பப் புரட்சியால் இன்று காலரா, அம்மை, பிளேக் இல்லாத சமுதாயத்தில் நாம் வாழ முடிகிறது. சென்ற நூற்றாண்டின் காலரா, அம்மை, பிளேக் போன்ற தொற்று நோய்களால் ஏற்பட்ட ஒரு சூழல் புயலால் மற்றும் நெருப்பால் இன்று உருவாகி வருதாய் நான் நினைக்கிறேன்.

முன்பு போல், பொதுமக்கள் சிலர் கடவுளின் சீற்றம் எனக் கூறுகிறார்கள். அமெரிக்கா மற்றும் இந்திய அரசுகள் அவர் தம் மக்களின் உயிர் மற்றும் உடமைகளின் இழப்புக்குப் பொருளால் ஈடுசெய்ய முயல்கின்றன. ஆனால் அறிவியலாளர்கள், இழப்புகளை வெறுமனே வேடிக்கை பார்க்காமல் புயல், நெருப்பென்ற இந்த இயற்கைச் சீற்றங்களின் காரணத்தை அறிந்து அவற்றால் ஏற்படும் இழப்புகளைத் தவிர்க்கும் வழி அறிதல் என்ற கட்டாயப் பணியில் இறங்க வேண்டியது அவசியம். எளிதில் செய்யக் கூடிய காரியம்

அல்ல இது. ஊர்கூடித் தேர் இழுக்கும் வேலை. ஆனால் செய்ய முடியம், செய்ய வேண்டும். என்னைப் பொறுத்த வரை இந்த இரு செயல்களிலும் பாதி வேலை செய்யப்பட்டுள்ளது, ஆனால் இன்னும் பாதி, மிகவும் முக்கியமான பாதி செய்யப்பட வேண்டியுள்ளது.

முதல் பாதி, புயலோ காட்டுத்தீயோ அவை உருவாகும் அந்தக் கணத்தைச் செயற்கைக் கோள்களின் துணையுடன் நம்மால் கிட்டத்தட்ட சரியாய் உடனே கண்டறிய முடிகிறது. அதன்பின் அடுத்தடுத்து அவற்றைக் கவனித்து அவற்றின் போக்கையும் கணிக்க முடிகிறது. இப்படிச் செய்த நாம் அவற்றின் போக்கை மாற்ற ஏதாவது வழி கண்டு பிடிக்க முடியுமா என்ற ஆய்வை உடனே முடுக்கி விட வேண்டும். இந்த ஆராய்ச்சி அணு ஆராய்ச்சி போல் ஓர் அழிவை நோக்கியும் கொண்டு செல்லும் அபாயம் உள்ளது என்பதை மறுப்பதற்கில்லை. இருந்தாலும் அடுத்தடுத்து ஏற்படும் இயற்கைப் பேரழிவுகளைப் பார்க்கும் பொழுது மிகவும் முக்கியமான இந்த ஆய்வை மிகுந்த பொறுப்புடன் அணுக வேண்டும் என்ற அவசியத்தை அறிவியலாளர்கள் உணர்ந்து செய்ய வேண்டும். முயன்றால் முடியாதது இல்லை. ஒரு குழுவாய் முயற்சித்து, சந்திரயான் மூலம் நிலவில் நீர் கண்டதும், முதல் முயற்சி யிலேயே செவ்வாய்க் கிரகத்தை மங்கள்யான் மூலம் அடைந்ததும், 103 செயற்கைக் கோள்களை ஒரே மூச்சில் விண்வெளியில் விட்டதும் எனப்பல நமது தொழில்நுட்பத்தால் முடிந்தது எனும் போது இதுவும் முடியும் ஒரு குழுவாய் முயன்றால்.

செயற்கை மழையை உருவாக்குவது போல், மின்னலை இடியைத் தாங்கும் இடிதாங்கி போல் அல்லது குறைந்த பட்சம் மழைக்கான குடை போல், இயற்கைச் சீற்றங்களின் போக்கை மாற்றி திரும்பக் கடலினுள் செலுத்தவோ, செயலிழக்கவோ செய்து இயற்கைப் பேரழிவைத் தவிர்க்கும் வழிகள் அல்லது குறைக்கும் வழிவகைகளைக் கண்டுபிடிக்கச் செய்ய முடியும், செய்ய வேண்டும்.

01.01.2019

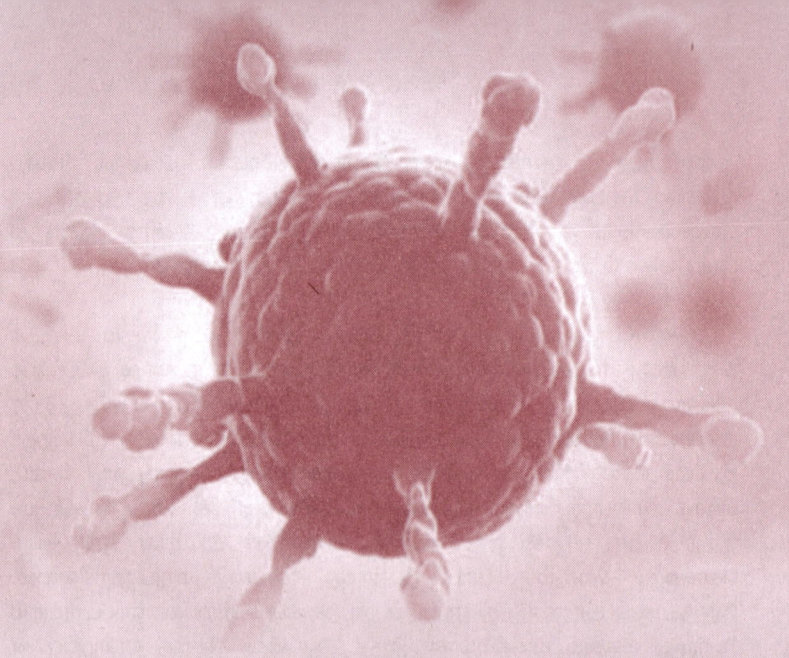

கரோனாவுடன் உலகப்போர்

- மயில்சாமி அண்ணாதுரை

இன்றைய நிலையில் உலக சுகாதார மையம் தொடங்கி, உலக நாடுகளின் தலைவர்கள், இந்திய பிரதமர், மாநில முதல்வர்கள், மக்களவை, மாநிலங்களவை, சட்டசபை உறுப்பினர்கள் உட்பட அனைத்து இந்திய மனங்களையும், ஊடகங்களையும் ஆக்கிரமித்த ஒரே வார்த்தை கோவிட்19 என்ற கரோனா வைரஸ்.

உலகெங்கிலும் நாடுகளின் பொருளாதாரம் வீழ்கிறது. தமது எல்லைகளை மூடி, ஊர்கள், மாவட்டங்கள், மாநிலங்கள், நாடுகள் தனிமைப் படுத்தப்படுகின்றன. பள்ளிகள், கல்லூரிகள் மூடப்பட்டுள்ளன. வீதிகள் வெறிச்சோடியுள்ளன. தனிமனிதர்களும் தனிமைப் படுத்தப்படுகிறார்கள்.

உலகப் போர்களையோ, பிளேக், அம்மை போன்ற கொள்ளை நோய்களையோ பார்த்திராத இன்றைய தலைமுறை, தனக்கே உரிய

கூட்டமில்லாத களையிழந்த மனிதச் சமுதாயமாக ஒரு பயம் கலந்த உணர்வுடன் நாட்களைக் கடத்துகிறது. நான் இந்தக் கட்டுரையை எழுதும் தருணம், இந்தியப் பிரதமரின் அறிவுறுத்தலால் இந்தியாவே ஒருபக்கம் வரும் நாட்களைப் பற்றிய நம்பிக்கையும், மறுபக்கம் ஒரு ஐயமுமாக முடங்கி அமர்ந்திருந்த தருணம். இந்த இடத்தில் மனித சரித்திரத்தின் பழைய பக்கங்களைக் கொஞ்சம் திரும்பிப் பார்ப்போமா?

ஒரு செல் உயிரியாய் அவதரித்த உயிர், பலப்பல கட்டங்கள் கடந்து நீந்துவன, ஊர்வன, நடப்பன, பறப்பன என்ற உருவில் ஜந்துகள், பறவைகள், பிராணிகள் என்ற பலப்பல உயரங்கள் கடந்து மனிதன் என்ற நிலைக்கு உயர்ந்து இன்றைய நிலைக்கு வர பல்லாயிரம் ஆண்டுகள் தேவைப்பட்டன. இந்தப் பயணம் அப்படி ஒன்றும் சுகமான பயணமாக இருந்திருக்கவில்லை. தீ, இடி, மின்னல், மழை, புயல், ஆழிப்பேரலைகள் என்று பூமியில் அவ்வப்போது எழுந்த இயற்கையின் சீற்றங்கள், விண்கற்களின் சீற்றமிகு தாக்குதல்கள் என்று பலப்பல இயற்கைச் சீற்றங்களிலிருந்து தப்பித்து வந்த கூட்டம் தான் இன்றைய உலகின் மக்கள் கூட்டம்.

இயற்கைச் சீற்றம் மற்றும் வயோதிகத்தால் இறப்பதைத் தாண்டி, வைரஸ் என்று அவ்வப்போது தன்னைப் புதுப்பித்துக் கொண்டு வரும் நுண்ணுயிர்களால் கோடான கோடி தாவரங்கள், பிராணிகள், மனிதர்களின் உயிர்கள் பலியாகியிருக்கின்றன, பலியாகின்றன. மிகப்பரவலான கொள்ளை நோய்களுக்கு இந்த நுண்ணுயிர்கள் காரணமாகின்றன.

கடந்த நூறு வருடங்களில் அம்மையால் இறந்த மனிதர்களின் எண்ணிக்கை மட்டும் 50 கோடியாம். இருபதாம் நூற்றாண்டின் முதல் பாதியில் மட்டும் 30 கோடி மக்கள் இறந்திருக்கிறார்கள். ஆனால் இப்போது அதற்கான தடுப்பு மருந்தை கண்டுபிடித்து மக்களிடம் சேர்த்த பின், இப்போது அம்மையால் யாரும் இறப்பதில்லை என்ற நிலையை உலகம் எட்டியாகிவிட்டது.

“நோய்நாடி நோய்முதல் நாடி அதுதணிக்கும்
வாய்நாடி வாய்ப்பச் செயல்”

என்ற நான்கு நிலைகளைப் பட்டியலிட்ட வள்ளுவ சூத்திரத்தின் நடைமுறை தான் இந்த மாயத்தை நிகழ்த்தியது. அம்மை என்பது ஒரு தெய்வக்குற்றம் என்ற நிலையைத் தாண்டி, அது ஒரு நோய் என்று ஏற்றது முதல் நிலை. பின் அந்த நோய்க்குக் காரணம், ஒரு வைரஸ் என்று கண்டறிந்தது இரண்டாம் நிலை. அதனை எதிர்க்கும் மருந்தை

அந்த வைரசின் தன்மையை வைத்துக் கண்டறிந்தது மூன்றாம் நிலை. அம்மையின் மூலக்காரணம் மற்றும் அதற்கான தடுப்பு மருந்தைத் தங்கள் உடலில் செலுத்த வேண்டிய அவசியத்தை உலக மக்களை உணரும்படிச் செய்து, அனைவரையும் இந்த நோயெதிர்ப்பு மருந்தைத் தங்களின் உடலில் செலுத்த வைத்தது நான்காவது நிலை. இப்போது நோயெதிர்ப்பு மருந்தின் பாதுகாப்பிருப்பதால், யாரும் அம்மை நோயால் பாதிக்கப்படுவதில்லை. ஆக நோய் வரும் முன் காக்கும் முறைக்கு இந்த வழிமுறை வித்திட்டது.

இதே மாதிரி சமீபத்தில் உலகை அச்சுறுத்திய இன்னொரு நோய் எய்ட்ஸ் எனப்படும் எச்.ஐ.வி. ஆப்பிரிக்காவின் சிம்பென்சி குரங்குகளைப் பாதித்து வந்த எஸ்.ஐ.வி வைரசின் சகோதரன் தான் மனித குலத்தின் கொலை நோயாக அவதரித்த எச்.ஐ.வி. எங்கோ ஒரு வேட்டையின் போது கொல்லப்பட்ட சிம்பன்சியின் இரத்தம் தன் வெட்டுக் காயத்தில் பட்டதின் மூலமோ அல்லது அதன் இரைச்சியைத் தின்றதின் மூலமோ தன்னுள் வரவழைத்துக் கொண்ட எஸ்.ஐ.வி வைரஸ் தன்னுள் எச்.ஐ.வியாகப் பரிணமிக்க இடம் கொடுத்து விட்டான் அந்தச் சகோதரன். பின் தனது குலம் பெருக்கும் முயற்சியின் மகிழ்வான நிகழ்வில் மனைவியின் கருப்பையில் எச்.ஐ.வி வைரஸைக் கடத்தினான். தனது அன்பு மனைவியும் வாரிசு மகனும் தம்மிடம் எச்.ஐ.வியின் வாரிசுகளை உருவாக்கி ஒன்றை மூன்றாக மாற்றினார்கள். இந்த எச்.ஐ.வி வைரசுகள் அவர்களைக் கொல்வதுற்கு முன், பல நூறு எய்ட்ஸ் நோயாளி வாரிசுகளை உருவாக்கின.

இந்தத் தொடர் ஓட்ட நோய்த்தொற்றும், பிணி இறப்புக்களும் வருடம் தோறும் பல இலட்சங்கள் என்று கூடி, சமீப வருடங்களில் அது குறைந்து வருவதை கீழே உள்ள படம் விளக்குகிறது, அதற்குக் காரணமும் வள்ளுவனின் சூத்திரம் தான் நண்பர்களே.

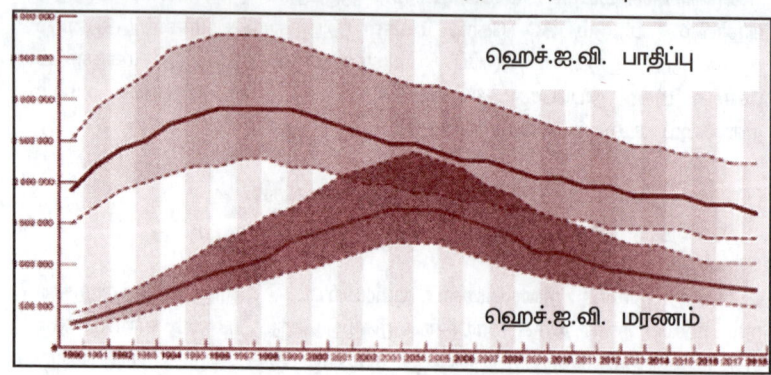

ஆதாரம்: உலக சுகாதார நிறுவனம்

ஆனால் அம்மை நோய்க்குக் கிடைத்த வேக்சின் போலல்ல இது. எச்.ஐ.வி நோயால் இறப்புக் குறையக் காரணம் அதற்கான மருந்து கண்டு பிடிப்பு ஒரு காரணம். இரண்டாவது காரணம் நோய்த்தொற்றால் பாதித்தவர்களின் எண்ணிக்கை குறைந்தது. நோயைப் பற்றிய விழிப்புணர்வும் அதனால் மக்களால் தவிர்க்கப்படும் தவறான, பாதுகாப்பற்ற உடல் தொடர்புகள் எச்.ஐ.வியால் தாக்கப்படுபவர்களின் எண்ணிக்கையை ஒரு கட்டுக்குள் கொண்டு வந்துள்ளது.

இதே முறையில் பல கொடும் நோய்களின், மூலத்தையும் முடிவையும் படிப்பினைகளாக மனதில் கொண்டு, இப்போதைய நமது அழையாத விருந்தாளி கரோனா நோயைப் பற்றிப் பார்ப்போமா?

- நோயிற்கான காரணம், கோவிட்19 என்ற வைரஸ்.
- வைரசிலிருந்து காக்க வேக்சின் இதுவரை கண்டு பிடிக்கப் படவில்லை.
- நோய்வாய்ப்பட்டவர்களைக் காக்கவும் முறையான மருந்து இல்லை.
- கோவிட்19 ஆல் முதல் முதலில் பாதிக்கப்பட்டு, பல உயிர்களை இழந்தபின் வெற்றிகரமாக மீண்டு வந்திருக்கிறது சீனா.
- அதே சமயம் முன்னறிவிப்பும், முன்னெச்சரிக்கையும் இருந்தும் கரோனா நோயால் அசுர வேகத்தில் அதள பாதாளத்தில் விழுந்து கொண்டிருக்கிறது இத்தாலிய நாடு.
- இறந்தவர்களில் மிக அதிகமானவர்கள் அறுபத்தைந்து வயதுக்கும் மேற்பட்ட முதியவர்கள் மற்றும் முன்பே மூச்சுத் தொந்தரவால் பாதிக்கப்பட்டவர்கள்.
- கோவிட்19 இன்று வரை காற்றால், நீரால், உணவால், தானே பரவும் திறனற்றது. தனிமனித சுகாதாரமின்மையும், கூட்டமாய்ச் சேரும் சமுதாய சுகாதாரமின்மையுமே இந்த வைரஸ் பரவ பூத்தெளித்த பாதையை அமைக்கிறதாம்.

இந்தப் பட்டியலைக் கூட்டிக் கழித்துப் பார்த்தால், வரும் விடை:

வைரசிற்கான மருந்து கண்டுபிடிக்கப்பட்டு மக்களிடம் புழக்கத்திற்கு வரவும், அல்லது அதற்கான எதிர்ப்பு சக்தியை மக்கள் தங்கள் உடலில் பெற்று விட்டார்கள் என்ற நிலை வரவும் சில மாதங்கள் பிடிக்கலாம். அதுவரை வைரஸ் பெரிதும் பரவாதிருக்க, வல்லுநர்களால் பரிந்துரைக்கப்பட்டு, அரசின் சுகாதாரத்துறையால் பெரிதும் விளம்பரப் படுத்தப்பட்டுள்ள தனிமனித மற்றும் சமுதாயச் சுகாதார முறைகளைத் தவறாது கடைப்பிடிப்பது நமது கடமையாகட்டும். இந்தச் செயல்பாடு வரும் காலங்களில் வேறு ஒரு வைரஸ் நம்மைத் தாக்கும் போது கூட நாம் கடைப்பிடிக்கும் ஒரு நற்சடங்காக மாறி, வரும் தலைமுறையைக் காப்பாற்றட்டும்.

எனது இளம் பிராயத்தில் அம்மைத் தொற்று அவதியில் நான் அனத்தியபடி படுத்திருந்த போது மாரியம்மை வந்து விட்டாள் என்று அம்மா என்னை வீட்டின் ஒரு ஓரத்தில் தனிமைப்படுத்தி வைத்திருந்ததும், ஊரார் யாரும் வராதிருக்க அவர்களின் பார்வைக்காக எங்கள் வீட்டுத் தாழ்வாரத்தில் வேப்பிலைக் கட்டுகள் சொருகி வைத்ததும் இதில் அடங்குமோ?

அம்மை போன்ற உயிர் கொல்லி நோய்களிலிருந்து தப்பி, மக்களைத் தப்புவித்த நாம் கரோனாவிலிருந்தும் தப்பித்து, மக்களையும் தப்புவிப்போம்.

25.03.2020

கவிதை:

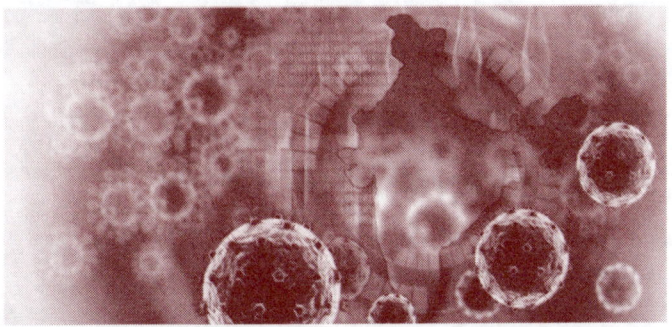

கரோனாவை ஒழிக்கும் வல்லரசு இந்தியா

— மயில்சாமி அண்ணாதுரை

உலகாளும் உயர்குடியாய்
முகமுயர்த்தி வாழ்ந்தசனம்
பயம்காட்டும் நுண்ணுயிரால்
முகம்மறைத்து ஒழிகிறது

கோயில் குளமென்றும்
நாடு நகரென்றும்
ஊர்கூடி வாழ்ந்த கூட்டம்
தனித்தனியாய்த் தவிக்கிறது

பிழைப்பிற்காய் புலம்பெயர்ந்து
ஊரடங்கில் ஊர்தேடி
நடக்கின்ற காட்சியிலே
கல்லும் கரைகிறது

இடம்வலமாய் எதிரிகளை
நீர்நிலம் வானென்று
குழுசேர்த்துப் போர்செய்து
தேசம் காத்தோம்

கண்தெரியா எதிரி
கரோனாவைக் கொல்ல
புதுயுக்திகள் கொண்டு
போராடு கின்றோம்

பட்ட கஷ்டங்கள்
பலனின்றிப் போகாது
வெற்றி பெறும்நாள்
வெகுதூரம் இல்லை

கரோனா தொற்றைத்
தூரநின்று துரத்திவிட்டு
கையலம்பிக் கழற்றிவிட்டு
தனித்திருந்து தவிக்கவிட்டு
வெற்றி கண்ட பாரதம்
கண்முன்னே தெரிகிறது.

வெல்ல முடியாததாய்
வல்லரசுகளிடம் கொக்கரிக்கும்
கரோனாவை வென்ற
"வல்லரசு இந்தியா" இன்று
நம் கண்களில் தெரிகிறது

உங்கள் இதயத்தின் ஓரத்தில் பதிந்திடுங்கள்,
தனித்துத் தவம்செய்தோம்
தவம்தவறிப் போகாது

கரோனாவை ஒழித்து
புதிதாய்ப் பிறந்ததாய்
புதுவழிகள் நாம் காண்போம்
சாதிமத பேதமில்லா
சமத்துவத்தை நாம் படைப்போம்
தமிழன் என்பதில்
கொள்வோம் கர்வம்
இந்தியன் என்பதில்
நெஞ்சம் நிமிர்வோம்

ஒன்றாய் உழைத்து
உயர்நிலை தொட்டு
உலகை நடத்தும்
உரிமை பெறுவோம்
நல்லர சென்ற
நாட்டைச் சமைத்து
வல்லர சென்ற
உரிமை பெறுவோம்
அதுவரை கொஞ்சம் வீட்டில்
பொறுத்திருங்கள், விழித்திருங்கள்
தனித்திருங்கள் அதுபோதும்
தானாக வெற்றி வரும்.

17.07.2020

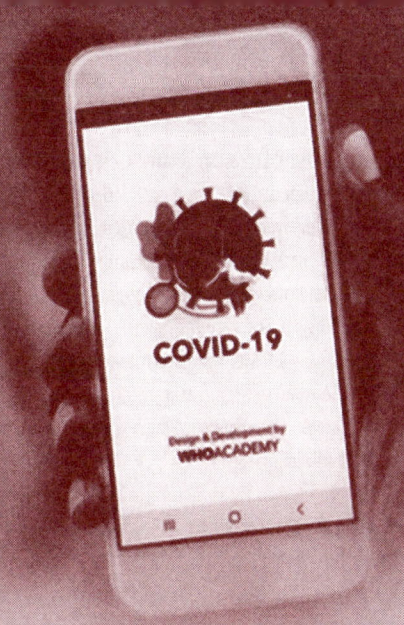

கைபேசியும் கரோனாவும்

- வி.டில்லிபாபு

கரோனா போரில் மருத்துவர்களுக்கு உதவும் பொறியியல் தொழில்நுட்பங்கள்

கோவிட்19 என்ற நோயைப் பரப்பும் புதிய கரோனா கிருமி யிடமிருந்து மனிதர்களைக் காக்க மருத்துவர்களும் செவிலியர்களும் உலகெங்கும் போராடி வருகிற இந்நாட்களில் அவர்களோடு பொறியாளர்களும் புதியத் தொழில்நுட்பங்களால் உயிர்களைக்காக்க உடன் களமாடுவது நம்பிக்கையளிக்கிறது. என்னென்ன பொறியியல் தொழில்நுட்பங்கள் கரோனாவுக்கு எதிரான போரில் உலக நாடுகளால் பயன்படுத்தப்படுகின்றன?

செயற்கைநுண்ணறிவு கணித்திறன்

கிருமியின் மரபணு நிரலை (Genome Sequence) கண்டறிந்தால் தான் அதற்கான தடுப்பு மருந்தைக் கண்டறியமுடியும். 2002 ஆம் ஆண்டில் சீனாவில் சார்ஸ் (SARS) நோய் தாக்கிய போது, கிருமியின் மரபணு நிரலைக் கண்டுபிடிக்க ஏறக்குறைய 5 மாதங்களுக்கு மேல்

ஆனது. புதிய கரோனா19 கிருமியின் மரபணு நிரல் ஒரு மாதத்தில் கண்டறியப்பட்டது. எப்படி? மீத்திறன் (Super Computer) கணினிகளும் செயற்கை நுண்ணறிவும் இதனைச் சாத்தியப்படுத்தின. மனிதர்களுக்கு மட்டுமே கைவந்த கலையான கற்றுக்கொள்வதையும் சிந்திப்பதையும் எந்திரங்களுக்குள் புகுத்துவது, செயற்கை நுண்ணறிவு என்ற தொழில்நுட்பம். மருத்துவ விஞ்ஞானிகளின் ஆராய்ச்சி வேகத்தை அதிகரித்தது, பொறியாளர்களின் பங்களிப்பு என்பது சிறப்பு. கரோனா கிருமிக்கான தடுப்பு மருந்து ஆராய்ச்சியிலும் மீத்திறன் கணினிகளும், செயற்கை நுண்ணறிவும் மருத்துவ விஞ்ஞானிகளுக்கு பெரும் உதவிபுரிகின்றன.

கைபேசி செயலிகள்

கோவிட்-19 வியாதியின் மிகப்பெரிய சவால் இதன் அதீத தொற்றுவேகம். நோய் பாதித்த பகுதிகளில் புழங்கியவர்கள், அவர்களோடு பழகியவர்கள், பயணித்தவர்கள் எனக் கண்டறிந்து தனிமைப்படுத்திச் சிகிச்சையளித்தால் மட்டுமே நோயைக் கட்டுப்படுத்தமுடியும். இதை மருத்துவர்கள் செய்வது சிரமம். இங்கும் பொறியல் தொழில்நுட்பங்கள் உதவுகின்றன.

சீனாவில் இதற்காகக் கைபேசி செயலிகள் (உதாரணம்: Health Code App) உருவாக்கப்பட்டன. இதில் மருத்துவ வரலாறு, பயண விபரங்கள் உள்ளிட்ட தகவல்களைப் பதித்தால் கரோனா பாதிப்பைப் பச்சை, மஞ்சள், சிவப்பு போன்ற வண்ணங்களில் காட்டும். கைபேசியில் பச்சைநிறம் இருந்தால் மட்டும் ஒருவர் பொது இடங்களில் புழங்க முடியும். சி.டி.ஸ்கேன், எக்ஸ்ரே பிம்பங்களைக் கொண்டு கோவிட் பாதிப்பை அறியும் தொழில்நுட்ப முயற்சிகளும் உண்டு. இதைத் தவிர தடுப்புக்காப்பில் (Quarantine) உள்ளவர்கள் வீட்டை விட்டு வெளியில் செல்வதை அறிய அவர்களின் கைபேசி இருப்பிடத்தை வைத்து தென்கொரியா உள்ளிட்ட நாடுகள் கண்காணிக்கின்றன. நோய்த் தடுப்பில் கைபேசி பயன்படுத்தப்படுவது இதுவே முதல்முறை.

தென்கொரியாவின் Co100 என்ற கைபேசி செயலி, கரோனா பாதிப்படைந்த நபர் புழங்கிய பகுதிக்கு 100 மீட்டர் தூரத்தில் எச்சரிக்கை செய்யும். இதனால் ஒருவர் நோய் பாதித்த பகுதிகளைத் தவிர்க்க முடியும்.

பெருந்தரவு தொழில்நுட்பங்கள்

கிருமித் தொற்றின் போக்கை முன்னறிவிக்கும் தொழில்நுட்பங்களும் உண்டு. புளூடாட் என்ற நிறுவனம், கனடாவில் கோவிட்நோய் எச்சரிக்கையை அரசின் அறிவிப்புக்கு முன்பே வெளியிட்டது. எப்படி?

65 மொழிகளில் வெளிவந்த செய்திகள், சமூக வலைதளத் தகவல்கள், அரசு அறிவிப்புகள் என இலட்சக்கணக்கான தரவுகளை அலசி இந்த முடிவை முன்னறிவித்தது இந்த நிறுவனம். செயற்கை நுண்ணறிவோடு, பெருந்தகவல் தொழில்நுட்பங்களும் (Big Data) கரோனா தடுப்பில் பயன்படுத்தப்படுகின்றன. பெருந்தகவல் தொழில்நுட்பம் என்பது பெரும் தகவல்களைக் கணினியில் அலசி ஆராய்ந்து அவைகளின் போக்குகளை தொடர்புகளை வெளிப்படுத்துவதாகும்.

சில நாடுகள் ஒருபடி மேலே சென்று பொது இடங்களில் உள்ள கண்காணிப்பு கேமிராக்களை வைத்து கணினிகளின் மூலம் நபர்களின் முகங்களை அடையாளம் (Facial Recognition) காணும் தொழில்நுட்பத்தையும் பயன்படுத்துகின்றன. முகக்கவசம் அணிந்திருந்தாலும் அடையாளம் காணமுடியும் என சில தொழில்நுட்பநிறுவனங்கள் கூறுவது ஆழக்கற்றல்/இயந்திரக்கற்றல் (Deep Learning / Machine Learning) தொழில்நுட்பங்களின் முன்னேற்றத்தைக் குறிக்கும் அதேவேளையில் தனிமனித சுதந்திரமும் பாதுகாக்கப்பட வேண்டியது அவசியம்.

ஆளில்லா விமானங்கள்

சிறிய ரக ஆளில்லா விமானங்களை இயக்க ஓடுபாதைகளோ, ஹெலிகாப்டர் தளங்களோ அவசியமில்லை. இந்த வகை ஆளில்லா விமானங்கள் பல நாடுகளில் கரோனா தடுப்பில் பயன்படுத்தப்படுகின்றன. விசாலமான பொதுவெளிகள், குறுகிய தெருக்கள் உள்ள வசிப்பிடங்களில் குறைந்த நேரத்தில் கிருமிநாசினி தெளிக்க ஆளில்லா விமானங்கள் பயன்படுத்தப்படுகின்றன. தமிழகத்தின் சில நகரங்களிலும் இம்முயற்சிகள் நடைபெற்றன. இதுதவிர, கிருமி பாதித்த பகுதிகளில் மனிதர்களை அனுப்பாமல், உணவுப்பொருட்கள், மருந்துகள் விநியோகிக்க சீனா உள்ளிட்ட நாடுகளில் ஆளில்லா விமானங்கள் பயன்படுத்தப்பட்டன.

வெப்பமானி பொருத்தப்பட்ட ஆளில்லா விமானங்கள் பறந்தபடி காய்ச்சலுள்ளவர்களை அடையாளம் கண்டு பிரித்தெடுக்க சிலநாடுகளில் பயன்படுத்தப்படுகின்றன. தரை மற்றும் விமானப்போக்குவரத்து தடைசெய்யப்பட்ட நிலையில், இரத்த மற்றும் சளி மாதிரிகளை ஆய்வகங்களுக்கு விரைவாக கொண்டு செல்லவும் இவ்வகை விமானங்கள் உதவுகின்றன.

ஊரடங்கு உத்தரவு அமலில் உள்ள நகரங்களில் மக்களின் நடமாட்டத்தைக் கண்காணிக்க காவல்துறையிலும் ஆளில்லா விமானங்கள் பல நாடுகளில் உதவுகின்றன.

சைப்ரஸ் நாட்டில் கரோனாவுக்கு பயந்து வெளியே வரத் தயங்கிய ஒருவர் தன் வளர்ப்புநாயைச் சங்கிலியால் ஆளில்லா விமானத்தில் கட்டி நடைபயிற்சிக்கு அனுப்பி வைத்தது தொழில்நுட்ப விநோதம்!

ரோபோ எந்திரர்கள்

கிருமித்தொற்றைத் தடுக்க மனிதர்கள் செய்யவேண்டிய வேலைகளில் எந்திரர்களை (Robots) பயன்படுத்துவது அவசியமாகிறது. மருந்து, உணவுப் பொருட்களை உள்நோயாளிகளுக்கு கொடுக்க மருத்துவமனைகளில் எந்திரர்களைப் பயன்படுத்தியது சீனா. ஏறக்குறைய 40 மருத்துவமனைகளில் இப்படியான முயற்சிகள் சீனாவில் நடந்தன. நட்சத்திர விடுதிகளில் அறைகளுக்கு உணவுப்பொருட்களை விநியோகிக்க எந்திரர்களை பயன்படுத்தும் முயற்சிகளும் நடந்தன.

நானோ தொழில்நுட்பங்கள்

நானோ தொழில்நுட்பங்களைப் பயன்படுத்தி கிருமித்தொற்று ஏற்படாத முகக்கவசங்களும், பாதுகாப்பு மேலாடைகளும் இந்தியா உள்ளிட்ட நாடுகளில் உருவாக்கப்பட்டுள்ளன. மருத்துவர்கள், செவலியர்கள் உள்ளிட்ட அதிக நோய்தொற்று ஆபத்து உள்ள பணிகளில் ஈடுபடுவோருக்கு இவ்வகை தொழில்நுட்பப்படைப்புகள் பேருதவி புரிகின்றன.

பொதுமக்களின் காய்ச்சலை 5 மீட்டர் தூரத்திலிருந்தே கண்டறியும் புத்திசாலி தலைக்கவசங்களை (Smart Helmets) சீனப் போக்குவரத்து காவலர்கள் பயன்படுத்திக் கரோனா பாதிப்படைந்தவர்களைக் கண்டறிந்தனர்.

சமூக வலைதளங்கள்

கரோனா குறித்த அரசின் தகவல்களை எச்சரிக்கைகளை பொதுமக்களிடம் கொண்டு செல்ல சமூக வலைதளங்கள் மிக அவசியம். பொய்யான தகவல்களை நீக்குவதிலும் இவைகளின் பங்கு மிக முக்கியம். தகவல்களைத் தேடும் மக்களின் வசதிக்காக, தேடுபொறிகளும் (Search Engines) உலக சுகாதார நிறுவனம் உள்ளிட்ட அரசு நிறுவனங்களின் வலைதளங்களை முதல் பதில்களாக வரிசைப்படுத்துவது ஒரு தொழில்நுட்ப சேவை தான். இதனால்

நம்பகமான தகவல் மக்களைச் சென்றடைந்து முன்னெச்சரிக்கையாக இருப்பதற்கு வழி ஏற்படுகிறது. தவறான தகவல்களால் பீதியடைவதும் தடுக்கப்படுகிறது.

கரோனா பாதிப்புத் தகவல்களை உலக வரைபடத்தில் பதிந்து, எந்த நாட்டின் நிலவரத்தையும் உடனடியாக தெரிந்து கொள்ளும் ஊடாடும் வரைபடங்கள் (Interactive Maps) இந்தச் சமயத்தில் அதிகம் உதவுகின்றன். அமெரிக்காவின் ஜான்ஸ் ஹாப்கின்ஸ் பல்கலையின் சேவை இதில் குறிப்பிடத்தக்கது.

சமுதாய விலகலை நடைமுறைப்படுத்தவும் காணொளித் தொழில்நுட்பங்கள் உதவுகின்றன. பல்லாயிரக்கணக்கான மக்கள் ஒரே நேரத்தில் கூடும் தேவாலயங்களில் தற்போது பல நாடுகளில் காணொளிக் காட்சி மூலம் வழிபாடு செய்கிறார்கள். எல்லா மதப் பிரார்த்தனைகளிலும் சமூகவலைதளக் காணொளிக்காட்சி போன்ற தொழில்நுட்ப வசதிகளால் சுயதடுப்புக்காப்பில் (Self Quarantine) உள்ளவர்களும் பங்கேற்க முடிகிறது. கரோனாவால் பாதிக்கப்பட்டுத் தனிமைப் படுத்தப்பட்டுச் சிகிச்சை பெறுகிறவர்களும் தங்கள் குடும்பத்தினரின் முகம் பார்த்துப் பேசி ஆறுதலடைய தொழில்நுட்பம் உதவுகிறது.

கோவிட் பரவல் துவங்கியதும் அமெரிக்கா, இங்கிலாந்து உள்ளிட்ட நாடுகளின் ஆட்சியாளர்கள் சமூக ஊடகங்கள், தகவல்தொழில்நுட்ப நிறுவனங்களின் தலைவர்களைச் சந்தித்து கரோனாவுக்கு எதிரான போராட்டத்தில் ஆதரவு கோரியது குறிப்பிடத்தக்கது. கரோனா கிருமித்தொற்று ஒரு மருத்துவ பிரச்சனையாக இருந்தாலும் நோய் தடுப்பில் பொறியியல் தொழில்நுட்பங்கள் பெரும் பங்காற்றுகின்றன.

கட்டுமானத் தொழில்நுட்பங்கள்

கரோனா போன்ற கொள்ளை நோய்கள் குதிரைப் பாய்ச்சலில் நகரத்தின் பல பகுதிகளில் பரவினால் பாதிக்கப்பட்டோரின் எண்ணிக்கை அதிகமாகும். இப்படித் திடீரென அதிகரிக்கும் நோயாளிகளுக்குச் சிகிச்சையளிக்க மருத்துவமனைகளில் வசதிகள் இருக்காது. வல்லரசுகளும் வளரும் நாடுகளும் ஒருசேரச் சந்திக்கும் சவால் இது.

இதற்கு என்ன வழி? சீனாவில் புதிய மருத்துவமனைகள் கட்டப்பட்டன. மருத்துவமனை கட்டுவதற்குப் பல மாதங்கள் ஆகுமே? இங்கும் நவீன கட்டுமானத் தொழில்நுட்பங்கள் உதவுகின்றன.

முன்கூட்டியே உருவாக்கப்பட்ட (Pre Fabricated) கட்டிட பாகங்களை ஒன்றன் மீது ஒன்றாக அடுக்கிக் கட்டிடங்களைக் கட்டலாம். அடித்தளம் அமைக்கப்படும் அதே நேரத்தில் முதல்மாடிப் பாகங்களை வேறு இடத்தில் உருவாக்கலாம். இந்தத் தொழில்நுட்பத்தில் சீனாவில் 1000 படுக்கைகள் கொண்ட இரண்டு மாடி மருத்துவமனை 10 நாட்களில் கட்டப்பட்டுக் கரோனா சிகிச்சைக்குப் பயன்படுத்தப்பட்டது. இத்தாலி உள்ளிட்ட நாடுகளில் தற்காலிக மருத்துவக் கூடாரங்கள் அமைக்கப்பட்டும் சிகிச்சையளிக்கப்படுகிறது.

பொறியியல் பழகு

உயிர்களைக் காக்கும் மருத்துவர்களுக்குப் பொறியல் தொழில்நுட்பங்களின் மூலம் பொறியாளர்கள் உதவுவது பாராட்டத்தக்கது. ஆனாலும் ஆளில்லா விமானங்கள், ரோபோ ஆகியவற்றின் எண்ணிக்கை இந்தியா உள்ளிட்ட பல நாடுகளில் குறைவு.

மக்கள் சார்ந்த தொழில்நுட்பங்களில் பொறியியல் மாணவர்களும் பல்கலைக்கழகங்களும் அரசுகளும் முக்கிய கவனம் செலுத்த வேண்டும் என்பது தான் கரோனா விதைத்திருக்கும் உலகளாவிய பாடம். ஆண்டுக்கு இந்தியாவில் 15 லட்சம் இளைஞர்கள் யுவதிகள் பொறியாளர்களாக உருவாவது நாட்டுக்கு நிச்சயம் நம்பிக்கை தரும் செய்தி.

04.04.2020

கரோனா: களமாடும் டி.ஆர்.டி.ஓ!

- வி.டில்லிபாபு

கோவிட் அலைவரிசை எதிர்ப்பில் இராணுவ விஞ்ஞானிகளின் கைவரிசை! ஆழிப்பேரலையாய் வாரிச்சுருட்டும் கரோனாவின் இரண்டாம் அலையில் தேசமே கதிகலங்கும் நிலையில், நம்பிக்கைக் கீற்றாய் வந்திருக்கிறது டி.ஆர்.டி.ஓ விஞ்ஞானிகள் உருவாக்கியுள்ள 2டிஜி கரோனா எதிர்ப்பு மருந்து. டி.ஆர்.டி.ஓ நிறுவனத்தின் ஆக்சிஜன் கருவிகளும் சமீபத்தில் தேசத்தின் கவனத்தை ஈர்த்தன.

டி.ஆர்.டி.ஓ நிறுவனம் என்பது என்ன? 2டிஜி மருந்தின் சிறப்புகள் என்ன? ஆக்சிஜன் கருவிகள் என்னென்ன? வேறென்ன கரோனா எதிர்ப்பு தொழில்நுட்பங்களை டி.ஆர்.டி.ஓ விஞ்ஞானிகள் உருவாக்கியிருக்கிறார்கள்?

டி.ஆர்.டி.ஓ

இந்திய அரசின் பாதுகாப்பு அமைச்சகத்தின் ஆராய்ச்சி நிறுவனம் 'பாதுகாப்பு ஆராய்ச்சி மற்றும் மேம்பாட்டு நிறுவனம்' (Defence Research and Development Organisation -DRDO). அக்னி, பிரமோஸ், மிஷன் சக்தி உள்ளிட்ட ஏவுகணைகள், அர்ஜுன் போர் வாகனம்,

தேஜஸ் போர் விமானம் போன்ற டி.ஆர்.டி.ஓ வின் போர்க்கருவிகள் பொதுவெளியில் பிரபலமானவை. தரைப்படை, கடற்படை, விமானப்படை, துணை ராணுவப்படைகள் இவற்றிற்குத் தேவையான பாதுகாப்பு கருவிகளையும் ஆயுதங்களையும் வடிவமைத்து தேச பாதுகாப்புக்கு உத்தரவாதம் தருகிறது டி.ஆர்.டி.ஓ.

இந்தியாவின் பிற ஆய்வு நிறுவனங்கள், அணுசக்தி, விண்வெளி என ஏதாவது ஒரு துறை சார்ந்து இயங்கும். ஆனால் டி.ஆர்.டி.ஓ, ஆழ்கடல், நிலம், பனிமலை, வானம், விண்வெளி எனப் பல தளங்களில் இயங்குகிறது. அடிப்படை அறிவியல், பொறியியல், மருத்துவம், கணிதம், தகவல் தொழில்நுட்பம் எனப் பல துறைகளில் இயங்கினாலும், இராணுவ தொழில்நுட்பங்களில் ஈடுபட்டிருப்பதால் டி.ஆர்.டி.ஓ விஞ்ஞானிகளின் பெரும்பாலான படைப்புகள் பொதுவெளியில் அதிகம் பேசப்படுவதில்லை. 1958இல் உருவான டி.ஆர்.டி.ஓ, இன்றளவில் ஐம்பதிற்கும் அதிகமான ஆய்வுக் கூடங்களில் பாதுகாப்பு முக்கியத்துவம் வாய்ந்த ஆய்வுகளில் ஈடுபட்டிருக்கிறது. டி.ஆர்.டி.ஓவின் தலைவராக ஏறக்குறைய ஏழு ஆண்டுகள் பணியாற்றியவர் ஏ.பி.ஜே. அப்துல் கலாம் என்பது இன்னொரு சுவாரசியம்.

2டிஜி

போர் ஆயுத ஆராய்ச்சியோடு, இராணுவ வீரர்களின் நல்வாழ்வுக்கான மருத்துவ மற்றும் உயிரியல் ஆய்விலும் ஈடுபட்டிருக்கிறார்கள் இராணுவ விஞ்ஞானிகள். கரோனாவுக்கு நேரடி மருந்து கண்டுபிடிக்கப்படாத தற்போதைய சூழ்நிலையில், கரோனா நோயாளிகளுக்கு உடலில் ஏற்படுகிற நோய் அறிகுறிகளுக்கான சிகிச்சையே அளிக்கப்பட்டுவருகிறது. கூடவே, நோய் எதிர்ப்புச் சக்தியை அதிகரிக்கும் மருந்துகளும் தரப்படுகின்றன. இந்த நிலையில், மனித உடலில் கரோனா வைரசின் அதீத வளர்ச்சியை நேரடியாகக் கட்டுப்படுத்தும் மருந்தாக டி.ஆர்.டி.ஓ வின் ‘2 டிஆக்சி டி குளுகோஸ்’ (2 Deoxy D Glucose-2DG) உருவாக்கப்பட்டிருப்பது கரோனா சிகிச்சைக்கான மிகப்பெரும் வரலாற்று நிகழ்வு. வழக்கமான சிகிச்சை முறைகளோடு 2டிஜி மருந்தையும் உட்கொண்டால் ஏறக்குறைய மூன்று நாட்களுக்கு முன்பாகவே கரோனா நோயாளிகள்த் குணமாகிறார்கள். மேலும் கரோனா நோயாளிக்குத் தேவைப்படும் ஆக்சிஜனின் அளவும்

ஏறக்குறைய 40 சதவீதம் குறைகிறது. ஆக்சிஜன் பற்றாக்குறை நிலவும் இத்தருணத்தில் இம்மருந்து ஒரு வரம் என்றே கூறலாம். இந்த மருந்தை எளிதில் தயாரிக்க முடிவதால் இலட்சக்கணக்கான கரோனா நோயாளிகளுக்கு இதை விரைவில் கொண்டு சேர்க்கலாம். ஊசியின் மூலம் செலுத்தப்படாமல், நீரில் கலந்து பருகும் வகையில் உருவாக்கப்பட்டிருப்பதால் மருத்துவப் பணியாளர்களின் உதவியின்றிக் கடைகோடி கிராமங்களிலும் நோயாளிகளைக் காப்பாற்றலாம். இந்தியாவில் மட்டுமல்ல உலக அளவிலும் 2டிஜி இக்கான தேவை நிச்சயம் உணரப்படும்.

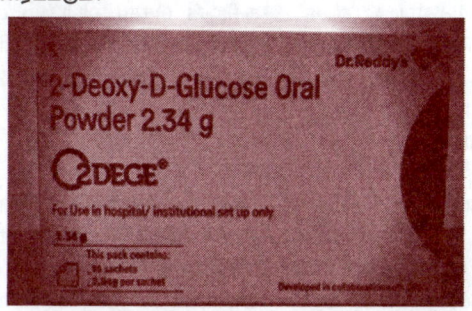

டி.ஆர்.டி.ஓ வின் 2டிஜி மருந்து

ஏறக்குறைய ஓர் ஆண்டாக டி,ஆர்,டி,ஓ விஞ்ஞானிகள் இதற்காக உழைத்திருக்கிறார்கள். ஆய்வக ஆராய்ச்சியும், தேசிய அளவிலான சோதனை முயற்சிகளுக்குப் பின்னரே இந்த வெற்றி கைவசப்பட்டிருக்கிறது. புதுதில்லியிலுள்ள டி.ஆர்.டி.ஓ நிறுவனத்தின் ஆய்வுக்கூடமான அணுமருந்து மற்றும் சார்பு அறிவியல் நிறுவனத்தின் (Institute of Nuclear Medicine and Allied Sciences-INMAS) ஆய்வில் உடன் பங்காற்றியது ஹைதராபாதின் 'செல் மற்றும் மூலக்கூறு உயிரியல் மையம்' (Centre for Cellular and Molecular Biology). டாக்டர் ரெட்டிஸ் லெபாரட்டரிஸ் நிறுவனம் இம்மருந்தை உற்பத்தி செய்கிறது.

தேசத்தின் தலைப்புச் செய்தியாகப் பேசப்பட்டு வருவது ஆக்சிஜன் தட்டுப்பாடு. அதற்கும் டி.ஆர்.டி.ஓ தனது தொழில்நுட்பத்தின் மூலம் ஒரு தீர்வை முன்வைத்திருக்கிறது.

மருத்துவ ஆக்சிஜன் நிலையங்கள்

காற்றில் பிற வாயுக்களோடு 21 சதவீதம் ஆக்சிஜன், 78 சதவீதம் நைட்ரஜன் இருக்கும். நாம் சுவாசிக்கும் போது நுரையீரல் காற்றிலிருந்து ஆக்சிஜனைப் பிரித்தெடுத்து இரத்தத்தில் கலக்கச் செய்கிறது. கரோனா வைரஸ் மனித சுவாச மண்டலத்தைத் தாக்கும். இதனால் நுரையீரல்

பாதிக்கப்பட்டு, நோயாளிகளுக்கு இரத்தத்தில் ஆக்சிஜனின் அளவு குறையும். (ஆக்சிமீட்டரில் SPO2 என நாம் அளப்பது இதைத் தான்). இவர்களுக்குச் சாதாரணக் காற்றில் இருக்கும் 21 சதவீத ஆக்சிஜன் போதாது. மூச்சுத்திணறல் ஏற்படும். எனவே கூடுதல் ஆக்சிஜன் தேவை. இந்நிலையில் தான் மருத்துவமனைகளில் சுவாசக்கவசம் மூலம் நோயாளிகளுக்கு ஆக்சிஜன் கொடுக்கப்படுகிறது. இப்படிக் கொடுக்கப்படும் செறிவூட்டப்பட்ட காற்றில் ஏறக்குறைய 93 சதவீதம் ஆக்சிஜன் இருக்கும்.

அதுசரி, டி.ஆர்.டி.ஓ வின் ஆக்சிஜன் தொழில்நுட்பம் என்ன? ஏன் ஆக்சிஜன் தொழில்நுட்பத்தில் இராணுவ விஞ்ஞானிகளின் கவனம் திரும்பியது?

போர்விமானங்கள் ஏறக்குறைய 40,000 அடி உயரத்தில் பறக்கின்றன. பூமியின் பரப்பிலிருந்து மேலே செல்லச் செல்ல காற்றின் அடர்த்தி குறையும். அடர்த்தி குறைந்த காற்றைப் போர் விமானி சுவாசித்தால் உடலுக்குக் கிடைக்க வேண்டிய போதுமான ஆக்சிஜன் கிடைக்காது. போதாதற்கு, போர் விமானமும் மணிக்கு ஏறக்குறைய 1200 கி.மீ வேகத்தில் பறக்கும். சமயங்களில் தலைகீழாகவும் பறக்கும். இதனால் போர் விமானிக்குக் கட்டாயம் ஆக்சிஜன் சுவாசம் தரப்பட வேண்டும்.

நாம் வீடுகளில் பயன்படுத்தும் எரிவாயு சிலிண்டரில், அதிக அழுத்தத்தில் திரவ நிலையில் எரிவாயு அடைக்கப்பட்டிருக்கும். சிலிண்டரில் இருந்து வெளியேறும் போது அது வாயு நிலைக்கு மாறும். இது போல அதிக அழுத்தத்தில் திரவ ஆக்சிஜனை உருளைகளில் அடைக்கலாம். அது வெளியே வரும் போது வாயு நிலையில் இருக்கும். இந்த வாயு மருத்துவமனைகளில் நோயாளிகள் சுவாசிக்க வழங்கப்படுகிறது. இதைப் போல போர்விமானங்களிலும் திரவ ஆக்சிஜன் நிரப்பட்ட உருளைகளைப் பொருத்தி சுவாசக்கவசம் மூலம் விமானிக்குத் தொடர்ந்து ஆக்சிஜன் கொடுக்கப்படும். திரவ ஆக்சிஜன் உருளைகளின் எடை அதிகமாக இருக்கும். திரவ ஆக்சிஜன் உருளைகளைச் சுமந்து செல்வதற்குப் பதில் விமானத்திலேயே ஆக்சிஜன் தயாரித்தால் என்ன? இந்த யோசனையின் விளைவாக, காற்றிலிருந்து ஆக்சிஜனைப் பிரித்தெடுக்கும் கருவியை வடிவமைத்தனர் இராணுவ விஞ்ஞானிகள். இந்தியாவின் 'தேஜஸ்' போர் விமானத்தில் இந்த ஆக்சிஜன் பிரித்தெடுக்கும் கருவி பொருத்தப்பட்டது. இந்தக்கருவி, விமானத்தின் எஞ்சினில் இருந்து காற்றை எடுத்து, அதிலிருந்து நைட்ரஜனை சியோலைட் (Ziolite) வடிகட்டி மூலம் பிரித்தெடுத்து, 93% ஆக்சிஜன் உள்ள காற்றை விமானிக்குத் தரும். அழுத்த அலைவு பரப்பு ஈர்ப்பு (Pressure Swing Adsorption-PSA) தொழில்நுட்பத்தில் இயங்குகிறது இக்கருவி.

மருத்துவ ஆக்சிஜன் நிலையம்

போர் விமானிகளுக்காக ராணுவ விஞ்ஞானிகள் உருவாக்கிய 'விமான மருத்துவ ஆக்சிஜன் உருவாக்கு கருவி' (On Board Medical Oxygen Generator), சில மாறுதல்களோடு பனி மலையில் பணியிலிருக்கும் ராணுவ வீரர்களின் உபயோகத்துக்காக 2017 ல் அமைக்கப்பட்டு வெற்றிகரமாகச் செயல்பட்டு வருகிறது. இரயில் தொடர்பும், ஆக்சிஜன் லாரி பயணமும் சாத்தியப்படாத பனி மலையில், ஆக்சிஜன் சிலிண்டர்களை நிரப்புவதற்காக அடிக்கடி அடிவாரத்து நகரங்களுக்குக் கொண்டு செல்வது சிரமம். இதனால் பனி மலையின் இராணுவ முகாம்களில் காற்றிலிருந்து ஆக்சிஜனைப் பிரித்தெடுக்கும் மருத்துவ ஆக்சிஜன் நிலையங்களை (Medical Oxygen Plant-MOP) டி.ஆர்.டி.ஓ அமைத்தது. இந்தத் தொழில்நுட்பம் தான் தற்போது கரோனா பெருந்தொற்றில் ஆக்சிஜனுக்காக அல்லல் படும் மக்களின் உயிர் காக்கப் பயன்படுத்தப்படுகிறது. நிமிடத்துக்கு 1000 லிட்டர் ஆக்சிஜனை உருவாக்கும் இந்த ஆக்சிஜன் நிலையம், 190 நோயாளிகளுக்கு நிமிடத்துக்கு 5 லிட்டர் ஆக்சிஜனைத் தொடர்ந்து தரும். பல தொழில் நிறுவனங்களின் துணையோடு, பிரதமர் அலுவலகத்தின் நேரடிக் கண்காணிப்பில் 500 ஆக்சிஜன் சாவடிகளை அமைக்கும் பணியில் தற்போது ஈடுபட்டிருக்கிறது டி.ஆர்.டி.ஓ.

ஆக்சி கேர்

ராணுவ வீரர்களுக்கு ஆக்சிஜன் வாயு அளிக்கும் போது அவர்களது இரத்தத்தில் ஆக்சிஜனின் அளவை சோதித்து அதற்கேற்ப ஆக்சிஜனின் அளவைக் கூட்டவோ குறைக்கவோ வேண்டும். இதைச் செய்ய மருத்துவரோ செவிலியரோ இராணுவ வீரரைத் தொடர்ந்து கண்காணிக்க வேண்டும். இதிலும் புதுமை செய்தனர் நமது இராணுவ

விஞ்ஞானிகள். இராணுவ வீரரின் இரத்த ஆக்சிஜன் அளவை (SPO2) தொடர்ந்து கண்காணித்துத் தானியங்கி முறையில் ஆக்சிஜனின் அளவைக் கட்டுப்படுத்தும் 'ஆக்சி கேர்' (Oxycare) என்ற கட்டுப்பாட்டுக் கருவியை உருவாக்கினர்.

ஆக்சி கேர்

ஆக்சிகேர் கருவி தற்போது கரோனா நோயாளிகளுக்குப் பயன்படுத்தப்படுகிறது. மருத்துவரோ செவிலியரோ அருகிருந்து கவனிக்க அவசியமில்லாமல் ஆக்சிகேர் கருவி மக்களின் உயிர்காக்கும் கருவியாக உருவெடுத்துள்ளது. இக்கருவியில் உள்ள மறுசுவாசமில்லா (Non Rebreather) முச்சுக் கவசம் ஏறக்குறைய 40 சதவீத ஆக்சிஜன் வீணாவதைத் தடுக்கிறது. மத்திய அரசுக்காக ஓன்றரை இலட்சம் ஆக்சிகேர் கருவிகளைத் தற்போது டி.ஆர்.டி.ஓ தயாரித்து வருகிறது.

இந்த ஆக்சிஜன் கருவிகளை வடிவமைத்தது, பெங்களூருவில் உள்ள 'பாதுகாப்பு உயிரி பொறியியல் மற்றும் மின்மருத்துவ ஆய்வகம் (Defence Bioengineering and Electromedical Laboratory - DEBEL) என்ற டி.ஆர்.டி.ஓ ஆய்வகம்.

ரோபோ சேவகன்:

கரோனா நோயாளிகளுக்கு மருந்து, மாத்திரை, உணவுப் பொருட்கள் கொடுக்கும் ரோபோவை உருவாக்கியுள்ளது டி.ஆர்.டி.ஓ. சேவக் (Sewak) என்ற அந்த ரோபோவை 50 மீட்டர் தொலைவிலிருந்து இயக்க முடியும். வீடியோ படக்கருவி பொருத்தப்பட்ட இந்த ரோபோவைக் குறிப்பிட்ட இடத்திற்கு வழிநடத்த முடியும். ஒரு முறை சார்ஜ் செய்தால் 5 மணிநேரம் வரை தொடர்ந்து இயங்கும். 30 கிலோ எடையைச் சுமக்கும் இந்த ரோபோ மூலம் நோயாளியும் மருத்துவ ஊழியரும் பேசிக்கொள்ள முடியும். இதனால் மருத்துவர்களும் மருத்துவப் பணியாளர்களும் பல நோயாளிகளை ஒரே நேரத்தில் பராமரிக்கலாம். அடிக்கடி கரோனோ நோயாளிகளின் அருகில் செல்வதால் நிகழும் வைரஸ் தொற்றின் சுமையைக் குறைக்கலாம்.

ரோபோ சேவகன்

கரோனா ஆயுதக்கிடங்கு:

என்-95 முகக்கவசங்கள், மருத்துவ பணியாளர்களுக்கான என்-99 முகக்கவசங்கள், நடமாடும் கரோனா ஆய்வகம், புறஊதா கதிர் வைரஸ் அழிப்பு கருவிகள் என அறுபதுக்கும் மேற்பட்ட ஆயுதங்களைக் கரோனா போரில் களமிறக்கியிருக்கிறது டி.ஆர்.டி.ஓ. ஆய்வு நிலையைத் தாண்டி இந்தத் தொழில்நுட்பங்கள் தேசிய அளவில் நூற்றுக்கும் அதிகமான தொழில் நிறுவனங்களில் உற்பத்தியில் இருக்கின்றன என்பது முக்கியமான செய்தி.

நடமாடும் கரோனா ஆய்வகம்

ஊரடங்கு காலங்களிலும் ஓயாமல் பணி செய்யும் டி.ஆர்.டி.ஓ விஞ்ஞானிகள் உலகத்தின் பொது எதிரியான கரோனாவைத் தமது அறிவாயுதத்தால் வீழ்த்த உழைத்து வருகின்றனர். 'இந்திய மூளைகள் தேசத்தைக் காக்கும்' என்ற நம்பிக்கையை நாட்டின் ஒவ்வொரு சதுர சென்டிமீட்டரிலும் ஊன்றி வருகின்றனர். அவர் தம் வேள்வி சிறக்க வீட்டிலிருந்தவாறே வாழ்த்துவோம்!

வாழிய பாரத மணித்திருநாடு!

18.05.2021

தேவை மக்கள் தொழில்நுட்பங்களுக்கான அறிவியல் ஆராய்ச்சி

- வி.டில்லிபாபு

கடந்த ஆண்டு அக்டோபரில் 3 வயது சிறுவன் ஆழ்துளைக் கிணற்று குழியில் விழுந்து இறந்தபோது, "செயற்கைக்கோள் செய்யும் தேசம் ஏன் இதற்கான மீட்புக் கருவியைச் செய்யவில்லை" என்ற கேள்வி பொது வெளியில் எழுந்தது. அதற்கு அடுத்த மாதம் சென்னையில் 25 வயது இளைஞர் ஒருவர், பேரங்காடியில் கழிவுநீர்த் தொட்டியைச் சுத்தம் செய்தபோது உயிரிழந்தார். அப்போதும், இந்திய அறிவியல் சமூகம் இதற்கான கருவியைக் கண்டுபிடிக்காதா என்ற எதிர்பார்ப்பு எழுந்தது.

ஆழ்குழாய் மீட்புக் கருவிகள் சிலவற்றைத் தனிமனிதர்களும் கல்லூரி மாணவர்களும் உருவாக்கியபோதும் தொழில்முறை யிலான ஆராய்ச்சியும் சோதனைகளும் பின்புலத்தில் இல்லாததால் இக்கருவிகளின் உபயோகமும் மீட்புப்பணி வெற்றிகளும் ஒரு குறுகிய வட்டத்தில் தான் உள்ளன. கரோனா வைரஸ் அச்சுறுத்தும் இந்த ஊரடங்கு காலத்தில், மக்கள் சார்ந்த தொழில்நுட்பங்களுக்கான தேவை மறுபடியும் உணரப்படுகிறது. துரித முகக்கவச தொழில்நுட்பம்,

குறைந்த விலை செயற்கை சுவாசக்கருவி, ட்ரோன்கள், ரோபோக்கள் சார்ந்த மருத் [illegible] தொழில்நுட்பங்கள் எனப் பட்டியல் நீள்கிறது.

இத்தகை[illegible]லையில் மக்கள் சார்ந்த தொழில்நுட்பங்கள் தேசிய அளவில் ஏன் முன்னெடுக்கப்படுவதில்லை என்ற கேள்வி எழலாம். நமது தேசிய ஆராய்ச்சி நிறுவனம் ஒவ்வொன்றுக்கும் ஆராய்ச்சிக் கட்டளைகள் (Mandates) உண்டு. இதன்படி நம் நாட்டில் விண்வெளி, பாதுகாப்பு, தொழில்துறை, உயிரி தொழில்நுட்பம், அணுசக்தி என துறை சார்ந்த ஆராய்ச்சியில் தேசிய ஆராய்ச்சிக் கூடங்கள் செயல்பட்டு வருகின்றன.

மக்கள் சார்ந்த அறிவியல்

இந்த ஆய்வுக்கூடங்களின் துறை சார்ந்த ஆராய்ச்சிகளின் துணைப் பலன்களாக (Spin offs) சில மக்கள் சார்ந்த தொழில்நுட்பங்கள் வாய்ப்பதுண்டு. உதாரணமாக, விமானம் மற்றும் ஏவுகணைப் பாகங்கள் தயாரிக்க எடைகுறைந்த, அதே வேளையில் வலிமையான இழை வலுவேற்றிய நெகிழி (Fibre Reinforced Plastic) உருவாக்கப்பட்டது. இந்த நெகிழிப் பொருள், மாற்றுத்திறனாளிகளுக்குச் செயற்கை நடைகருவிகள் செய்யப் பயன்படுத்தப்பட்டது. இக்கருவிகளின் எடை அலுமினிய நடைகருவிகளின் எடையில் பத்தில் ஒரு பங்கு தான். இது போல இராணுவ சாதனங்கள் தயாரிக்கப் பயன்படுத்தப்பட்டு வந்த டைட்டானியம் மனிதஉடலுடன் ஒத்துப்போகும் (Bio Compatible) உலோகம் என்பதால், இதைப் பயன்படுத்தி இதய நோயாளிகளுக்கு அடைப்பை சரி செய்ய, இரத்த நாளத்தில் பொருத்தப்படும் வலைகுழாய் (Stent) செய்யப்பட்டது. மலிவுவிலை மருத்துவ சாதனங்களைப் பலருக்கும் இவை சாத்தியப்படுத்தின. இதற்கான முயற்சிகளை ஏ.பி.ஜே.அப்துல் கலாம் முன்னெடுத்தார்.

இப்படித் துறைசார்ந்த ஆராய்ச்சியின் துணைப் பலன்களை, மக்களுக்குக் கொண்டு செல்லும் நடைமுறை வழக்கத்துக்கு வந்துள்ளது. ஆனால் மக்களின் பொதுத் தேவைகளை ஆராய்ந்து, அவற்றுக்காக முழுமூச்சுடன் முழுநேர ஆராய்ச்சிகளை முன்னெடுக்கும் தேசிய அமைப்பு இந்தியாவில் இல்லை.

தேவை தேசிய பார்வை

மத்திய அரசின் அறிவியல் தொழில்நுட்பத்துறை, தேசிய அளவில் அறிவியல் தொழில்நுட்ப முயற்சிகளை முன்னெடுக்கிறது. இருப்பினும் அது அரசின் ஒரு துறை என்ற அளவில் அதன் வீச்செல்லைகள்

விரிவுபடவில்லை. இந்திய மருத்துவ ஆராய்ச்சி மன்றம், அறிவியல் தொழிலக ஆராய்ச்சி மன்றம் உள்ளிட்ட தேசிய ஆய்வு மன்றங்கள் நம் நாட்டில் உள்ளன. இவையும் துறைசார்ந்த ஆராய்ச்சி நோக்கங்களுடன் அரசின் குறிப்பிட்ட துறைகளின் கண்காணிப்பில் இயங்குவதால், துறைகள் கடந்த மக்கள் பார்வையும் செயல்பாடுகளும் சாத்தியமாகவில்லை.

தேசிய அளவில் கொள்கைகள் மற்றும் தொலைநோக்குத் திட்டங்களை நிதி ஆயோக் வகுத்து வருகிறது. இதன் 23 துறைகளில் ஒரு துறையாக அறிவியல் தொழில்நுட்பம் உள்ளது. இவ்வமைப்பு கொள்கையளவில் பங்களித்தாலும், மத்திய, மாநில ஆய்வகங்களையும் கல்வி நிறுவனங்களையும் ஒருங்கிணைத்து மக்கள் சார்ந்த தொழில்நுட்பப் படைப்புகளை உருவாக்கும் வீச்சும், பலமும் கொண்டதாக இல்லை. எனவே தேசிய அறிவியல் அமைப்புக்கான வெற்றிடம் நாட்டில் உள்ளது.

மக்கள் சார்ந்த தொழில்நுட்பங்களுக்காகப் புதிய ஆய்வகங்களை நிறுவாமல், ஏற்கெனவே இயங்கி வருகின்ற பல்வேறு மத்திய, மாநில அரசு ஆய்வகங்களின் நிபுணத்துவத்தையும் கட்டமைப்புகளையும் பயன்படுத்தி, ஆய்வு முயற்சிகளை ஒருங்கிணைத்து புதிய படைப்புகளை வெளிக்கொணர ஒரு தேசிய ஆராய்ச்சி அமைப்புத் தேவை.

செயற்கை நுண்ணறிவுத் துறையில் அரசு நிறுவனங்கள் மட்டுமின்றி, பல தனியார் மற்றும் பன்னாட்டு நிறுவனங்களும் ஆராய்ச்சி மேற்கொண்டுள்ளன. அரசு, தனியார் நிறுவனங்களுக்கு இடையே பெரும்பாலும் தொடர்பு இருப்பதில்லை. இவற்றின் நிபுணத்துவத்தையும் மக்களுக்கான தொழில்நுட்பங்களை உருவாக்கப் பயன்படுத்தலாம்.

எனவே அரசு, தனியார் நிறுவனங்களை ஒருங்கிணைக்கும் பணியையும் புதிய தேசிய அமைப்பு செய்ய வேண்டும். ஸ்டார்ட் அப் நிறுவனங்கள் பல புதுமையான தொழில்நுட்ப யோசனைகளுடன் உழைத்து வருகின்றன. இவற்றையும் தேசிய தொழில்நுட்ப நீரோட்டத்தில் இணைப்பது அவசியம்.

அரசின் உயர் கல்வி நிறுவனங்கள், தனியார் நிகர்நிலைப் பல்கலைக் கழகங்கள், கல்லூரிகளில் உள்ள துடிப்பு மிக்க பேராசிரியர்கள் மற்றும் மாணவர்களின் ஆராய்ச்சி முயற்சிகளை ஒருங்கிணைத்து மக்களுக்கான தொழில்நுட்பப் படைப்புகளாக மாற்ற இந்த தேசிய

அமைப்பு நிச்சயம் உதவும். இந்தக் கல்வி நிறுவனங்களை அரசு மற்றும் தனியார் ஆய்வுக்கூடங்களுடன் ஒருங்கிணைத்தால் மிகச்சிறந்த ஆய்வுகளை மிகக்குறைந்த செலவில் முன்னெடுக்கலாம்.

கல்வி நிறுவனங்கள், தனியார் மற்றும் அரசு ஆய்வகங்களில் பல சமயங்களில் ஒரே தலைப்பில் ஆய்வுகள் செய்யப்பட்டுப் பொருட்செலவும் நேர விரயமும் ஏற்படுகின்றன. ஆராய்ச்சி ஒருங்கிணைப்பும் வழிகாட்டுதலும் வாய்த்தால் இந்தக் குறைபாடுகளைப் போக்கலாம். புதிய தேசிய ஆராய்ச்சி அமைப்பு இன்னொரு அரசுத்துறையாக அமையாமல் தன்னாட்சி அமைப்பாக உருவாக்கப்பட வேண்டும். மத்திய, மாநில, தனியார் துறை ஆய்வகங்களின் விஞ்ஞானிகளை இதில் தேவைக்கேற்பச் சுழற்சி முறையில் பணியமர்த்தலாம்.

பேரிடர் நேர்ந்த பிறகு அவற்றுக்கான உடனடித் தொழில்நுட்பத் தீர்வுகளைத் தேடாமல், முன்கூட்டியே திட்டமிட்டுத் தொழில்நுட்ப ஆய்வுகளை வழிநடத்தி மக்களுக்கான படைப்புகளை உருவாக்கும் நுட்பம் நம்மிடம் வளர வேண்டும்.

10.04.2020

பாலியல் வன்கொடுமைகளும் தொழில்நுட்ப முன்னேற்றமும்

- மயில்சாமி அண்ணாதுரை

எந்த ஒரு பெரிய பிரச்சினைக்கும், மிகச் சுலபமான வழி ஒன்று இருக்கும் என்று நம்புவன் நான். இது எனது நம்பிக்கை மட்டுமல்ல மனித வரலாறும் அதையே திரும்பத் திரும்பச் சொல்கிறது. மிகப் பெரிய பிரச்சினைகளுக்கான சுலபமான அந்த வழிகளைக் கண்டறிந்து விட்டால் பிரச்சினைகளும் சுலபமாகிவிடும்.

மார்க்கோபோலோ, வாஸ்கோடகாமா, கொலம்பஸ் எனப் பலப் பல மாலுமிகள் ஐரோப்பாவிலிருந்து இந்தியாவிற்கான கடல் மார்க்கம் தேடிப் புறப்பட்டார்கள். சிலர் வெற்றி கண்டனர். சிலர் தோல்வியைத் தழுவினர். அப்படி, ஐரோப்பாவில் ஆரம்பித்து ஆப்பிரிக்காவின் தென்துருவம் தாண்டிப் பயணித்துக் கண்டுபிடித்த கடல் வழி மிகவும் நீண்டதாகவும் அபாயகரமானதாகவும் இருந்தது.

ஐக்கிய அரபுக் குடியரசில் சிறிய நிலப் பரப்பைக் கண்டுபிடித்து, சூயஸ் கால்வாய் (Soyez Canal) என்ற பெரும் கால்வாயை அங்கு வெட்டி, மத்திய தரைக்கடலையும் அரபிக்கடலையும் பாரசீக வளைகுடா வழியாக இணைத்தார்கள். இதனால் கடல் பயணத்தில் ஐரோப்பாவையும் இந்தியாவையும் இணைப்பது சுலபமானது.

முப்பது வருடங்களுக்கு முன்பு, இந்தியாவின் மக்கள் தொகைப் பெருக்கம் ஒரு பெரிய சவாலாக இருந்தது. கட்டாயக் குடும்பக் கட்டுபாட்டிற்காக மிகக் கொடுமையான திட்டங்களை அரசுகள் கையிலெடுத்த போது இந்தியா மற்றும் சீனா போன்ற நாடுகளில் மக்களிடையே பெரும் கலக்கமான சூழ்நிலைகளை உருவாக்கின. சீனாவின் ஆட்சியாளர்கள், அதிகம் குழந்தை பெற்றவர்களுக்குத் தண்டனைகளையும், ஒரு குழந்தை பிறந்த பின், குடும்பக் கட்டுப்பாட்டு இல்லை இல்லை நமது மொழியில் குடும்ப நல அறுவை சிகிச்சை செய்து கொண்டவர்களுக்குப் பல சலுகைகளையும் கொடுக்க வழி செய்தனர். மக்கள் தொகைப் பெருக்கம் இதனால் சீனாவில் குறைந்தது.

ஆனால், இந்தியாவிலோ இந்த நடைமுறையை இந்திய அரசு கையாள முயன்ற போது கட்டாயக் குடும்பக்கட்டுப்பாட்டை மக்கள் கடுமையாக எதிர்த்தனர். அரசு தனது பதவியை இழக்க இதுவும் ஒரு காரணமானது. ஆனால் அதே மக்கள், கட்டாயக் கல்வியை தங்களின் குழந்தைகளுக்கு அரசு போதிக்க முன் வந்த போது பெரும்பாலும் மனமுவந்து ஏற்றுக் கொண்டார்கள். அப்படிக் கல்வி பெற்ற அடுத்த தலைமுறை தாம் இருவர் தமக்கு ஒருவர் போதும், மீறிப் போனால் இருவர் போதும் என்று தங்களுக்குத் தானே முடிவெடுத்தார்கள். இப்போது நாம் சுவர் விளம்பரங்களில் கூட குடும்பக்கட்டுப்பாடு பற்றிப் பார்க்க முடிவதில்லை. பெரும்பான்மை மக்களுக்கு அளிக்கப்பட்ட கல்வியால் ஏற்பட்ட பல நன்மைகளில் முதன்மையானது, தமது குடும்பம் பற்றிய மக்களின் திட்டமிடும் பாங்கு. பத்துக்கும் மேற்பட்ட குழந்தைகள் பெற்றுக் கொண்டிருந்த இந்தியக் குடும்பங்கள் சிறிய, அளவான குடும்பங்களாக மாறியது ஒரு பெரிய கலாச்சார மாற்றம். கட்டாயக் கல்வியால் விளைந்த பலன் இது. பலப் பல காரணங்களுக்காக, அதிகக் குழந்தைகள் பெற்றுக் கொள்வது பெருமையாக ஒரு காலத்தில் இருந்ததும் கூட இருக்கலாம், ஆனால் இப்போது அதிகக் குழந்தைகளைப் பெற்றுக் கொள்வது கொஞ்சம் சங்கடமாகவும், நியாயப்படுத்த முடியாத நிலையாகவும், மக்கள் மனதில் உள்ளது. ஆக, ஒரே பிரச்சினை, இரண்டு நாடுகளில் இரண்டு விதங்களில் தீர்க்கப்பட்டுள்ளது. ஒரு காலக்கட்டத்தில் பெரும் தாக்கத்தை ஏற்படுத்திய டெங்கு உள்ளிட்ட பல நோய்கள் உடல் மற்றும் சுற்றுப்புறத் தூய்மையால் (Health and Environment Hygeine) இன்று தவிர்க்கப்படுகின்றன.

உடல் சுகாதாரம், மருந்து, கல்வி, பரிசு, தண்டனை என்று பிரசினைக்கு ஏற்ப வெவ்வேறு தீர்வுகள் வந்திருக்கின்றன. அந்தப் பிரச்சினைகளும் இன்று அவ்வளவு பூதாகரமாக இல்லை.

அந்த நோக்கில், நம்முன் சமீப காலங்களில் அதிகம் பேசப்படும் பிரசினை, கற்பழிப்பு அதிலும் மோசமானதாய் பால்யக் கொடுமைகள். மனித வரலாறு சொல்வது, இத்தகைய கற்பழிப்புகள் அதாவது மனமொப்பா உடலுறவுகள் உலகில் எல்லாப் பகுதிகளிலும் இருந்திருக்கின்றன, இயற்கையில், ஆண் பெண் என்ற படைப்பில், இனப்பெருக்கத்தின் முக்கியமான அங்கமாக அந்த நிகழ்வு இருந்தது என்ற கூற்றும் உண்டு. ஆனால், ஆண், பெண் திருமணம் என்ற வழிமுறை வந்த பின், எண்ணிக்கையில் அப்படிப்பட்ட சம்பவங்கள் படிப்படியாகக் குறைந்தும் வந்துள்ளன. ஆனால், அன்றும், இன்றும், என்றும் குழந்தைகளுக்கு ஏற்படும் பாலியல் கொடுமைகள் இயற்கைக்கு மாறானவை. இன்றைய நிலையில் ஒரு சமுதாயத்தின் சீரழிவு நிலையைத்தான் இந்தச் செய்திகள் உணர்த்துகின்றன.

இதன் பின்னணியில், இப்போது அதிகரித்து வரும், இத்தகைய இயற்கைக்குப் புறம்பான செயல்களுக்குக் காரணம் என்ன? காரணம் தெரிந்தால், அந்தக் காரணங்களை ஒழிக்க முடியுமா என்ற திசையில் பயணிக்க முடியும்.

இந்த இடத்தில் ஒரு பருந்துப் பார்வை பார்க்க முயல்வோமா? இப்படிப் பட்ட நிகழ்வுகள் பற்றி, உலகளாவிய புள்ளி விவரம் காட்டுவது என்ன?

O உலகில் எல்லா நாடுகளிலும் இந்த நிகழ்வு நடக்கிறது.
O எல்லாக் காலக்கட்டங்களிலும் நிகழ்ந்திருக்கிறது.

அந்த நிகழ்வுகளில்,

O படித்தவன் படிக்காதவன் வித்தியாசமில்லை.
O ஏழை பணக்காரன் வேற்றுமையில்லை.
O சாதி, மத பேதமில்லை.
O ஆட்சி முறைகள் காரணமில்லை.

இவை எல்லாம் கடந்து, ஆண் மனங்களில் தோன்றும் வக்கிர எண்ணங்களும், தான் செய்வது ஒரு குற்றம் என்று தோன்றாத மனநிலைகளுமே இதற்குக் காரணம். இந்த மனநிலைகளை நீரூற்றி, உரம் சேர்த்து வளர்க்கும் காரணிகள் எவை?

ஒரு பட்டியலே நம் கண் முன் தோன்றுகிறதா இல்லையா?!

O மது
O போதைப் பொருள்கள்

இதுவரை பார்த்தது, ஆதிகாலம் தொட்டு நவீன காலம் வரை, நடந்தவற்றிற்கு இந்தக் காரணிகளைக் குற்றவாளிக் கூண்டில் ஏற்றலாம்.

ஆனால், இந்தக் கட்டுரையில் மேலே பார்த்த பெரும் நோய்களுக்கே உண்மையான காரணிகளைக் கண்டு, மருந்துகள் கண்டறிந்து, நோய்களை ஒழித்த அறிவியல் தொழில் நுட்பம் இங்கு ஏன் உதவிக்கு வரக் கூடாது?

மீண்டும் ஒரு பருந்துப்பார்வை, தற்போதைய சூழ்நிலையில்.

- O உலகில் கற்பழிப்பு நிகழ்வுகளின் எண்ணிக்கை கூடியுள்ளது.
- O அமெரிக்காவிலும் நிகழ்கின்றன ஆப்பிரிக்காவிலும் நிகழ்கின்றன. ஐரோப்பாவிலும், ஆசியாவிலும் நிகழ்கின்றன

ஆக, அறிவியல் தொழில்நுட்பம் முன்னேறிய நிலையிலும் இப்போது கற்பழிப்பு நிகழ்வுகள் அதிகரித்து விட்டன. அப்படியானால், இந்தப் பாலியல் கொடுமைக்கு, அறிவியல் தொழில்நுட்பமும் ஒரு காரணியாகிவிட்டதோ? இருக்கலாம் என்று தோன்றுகிறது. மனித மனத்தின் வக்கிரங்களைத் தூண்டும் அந்தத் தொழில்நுட்பக் காரணிகள் என்ன?

பாலியல் காட்சிகள் மற்றும் செய்திகளை நியாயப்படுத்தி உலகில் மூலை முடுக்கெல்லாம் வியாபாரம் செய்யும்,

- O சினிமா
- O வலைதளம்
- O சமூக ஊடகங்கள்

குழந்தையைக் கிள்ளி விட்டு, தொட்டிலை ஆட்டித் தூங்க வைக்க முயலாமல், கிள்ளாதிருப்பது தான் சிறப்பு. அதன்படி அறிவியல் தொழில்நுட்பம் கொண்டு மன வக்கிரங்களைத் தூண்டாது மிகச் சுலபமாக இவற்றை ஒழிக்க முடியும். மனமிருந்தால் மார்க்கமுண்டு.

உடலிலும், சுற்றுச் சூழலிலும் உள்ள அழுக்குகளை ஒழித்து பல நோய்கள் வராமல் காப்பது போல், மன அழுக்குகளை உருவாக்கும் ஆண், பெண் உறவை வக்கிரமாய்க் காட்டும் வலைதளம் மற்றும் சினிமா மூலம் இந்த வக்கிரங்கள் மக்களின் பார்வைக்கு வராது, உடனே அவற்றை, உலகின் எல்லா இடங்களிலும், அந்தந்த நாட்டின் அரசுகள், அறிவியல் தொழில் நுட்பம் என்ற இரும்புக் கரம் கொண்டு ஒழிப்பதே இன்றைய தேவையோ?!

01.12.2019

நன்றி

தினத்தந்தி
இந்து தமிழ்திசை
காமதேனு
துளிர்
வளரும் அறிவியல்
ஆதன்
அறிவியல் பூங்கா
முதல் மொழி
Bookday.in

ஆசிரியர்களின் பிற படைப்புகள்

மயில்சாமி அண்ணாதுரை-வி.டில்லிபாபு இணைந்து எழுதியது
1. விண்ணும் மண்ணும் (2020) - அறிவியல் தமிழ்க் கட்டுரைகள்

மயில்சாமி அண்ணாதுரை
1. கையருகே நிலா (2012) சந்திரயான் திட்டம்.
2. வளரும் அறிவியல் களஞ்சியம் (2012) - அறிவியல் கட்டுரைகள்
3. கையருகே செவ்வாய் (2015) - மங்கள்யான் திட்டம்
4. வளரும் அறிவியல் (2017) - அறிவியல் கட்டுரைகள்

வி.டில்லிபாபு
1. இன்று முதல் தமிழகம் எங்கும் (2008) - புதுக்கவிதைகள்
2. காரணமில்லாக் காயங்கள் (2009) - புதுக்கவிதைகள்
3. ஒரு செல் உயிரிகள் (2010) - குறுங்கவிதைகள்
4. ஏவுகணையும் கொசுக்கடியும் (2012) - அறிவியல் கட்டுரைகள்
5. போர்ப்பறவைகள்: போர் விமானங்கள் ஓர் அறிமுகம் (2014)
6. எந்திரத்தும்பிகள்: ஹெலிகாப்டர் ஓர் அறிமுகம் (2018)
7. அடுத்த கலாம்: விஞ்ஞானி ஆகும் வழிகள் (2019)
8. போர்முனை முதல் தெருமுனை வரை (2021) - இராணுவ அறிவியல் கட்டுரைகள்
9. சுதந்திர இந்தியாவின் பொறியியல் புரட்சிகள் (2022) -தேசத்தை கட்டமைத்த தொழில்நுட்பப் பாய்ச்சல்களின் வரலாறு.

குறிப்புகளுக்கு

குறிப்புகளுக்கு

குறிப்புகளுக்கு